AF103464

ഗ്രീൻ ബുക്സ്

സഞ്ചാരിയുടെ വഴിയമ്പലങ്ങൾ

ആലങ്കോട് ലീലാകൃഷ്ണൻ

എഴുത്തുകാരൻ, കവി, ഗാനരചയിതാവ്,
തിരക്കഥാകൃത്ത്, സ്വതന്ത്ര പത്രപ്രവർത്തകൻ.
പൊന്നാനി താലൂക്കിൽ ആലങ്കോട്
ഗ്രാമത്തിൽ ജനനം.
വിദ്യാഭ്യാസം: എം.ഇ.എസ്. പൊന്നാനി
കോളേജിൽനിന്ന് വാണിജ്യശാസ്ത്രത്തിൽ ബിരുദം.
ഇപ്പോൾ കേരള ഗ്രാമീൺ ബാങ്കിന്റെ
തവനൂർ ശാഖയിൽ ഉദ്യോഗസ്ഥൻ.
തിരൂരിലെ തുഞ്ചൻ സ്മാരക ട്രസ്റ്റ് അംഗം,
കൈരളി പീപ്പിൾ ടി.വിയിലെ 'മാമ്പഴം' എന്ന
കവിതാലാപന റിയാലിറ്റിഷോയിലെ
സ്ഥിരം വിധികർത്താക്കളിൽ ഒരാളായിരുന്നു
ഇപ്പോൾ സാഹിത്യ അക്കാദമിയുടെ
നിർവ്വാഹകസമിതി അംഗമാണ്.

യാത്ര
സഞ്ചാരിയുടെ വഴിയമ്പലങ്ങൾ

ആലങ്കോട് ലീലാകൃഷ്ണൻ

ഗ്രീൻ ബുക്സ്

green books private limited
gb building, civil lane road, ayyanthole,
thrissur- 680 003, kerala, ph: +91 487-2381066, 2381039
website: www.greenbooksindia.com
e-mail: info@greenbooksindia.com

malayalam
sanchariyute vazhiyambalangal
travalogue
alankode leelakrishnan

first published june 2018
copyright reserved

cover design : g. biju

branches:
thrissur 0487-2422515
palakkad 0491-2546162
thiruvananthapuram 0471-2335301
calicut 0495 4854662
kannur 0497-2763038

isbn : 978-93-87357-06-8

no part of this publication may be reproduced,
or transmitted in any form or by any means,
without prior written permission of the publisher.

GBPL/1018/2018

മുഖക്കുറി

പ്രകൃതിയുമായുള്ള അനുരാഗകഥകളുടെ നാട്ടു വഴികളിലൂടെയാണ് ആലങ്കോടിന്റെ യാത്രാപഥങ്ങൾ. ഹൃദ്യവും മോഹനവുമായ ഈണം ഈ അക്ഷരങ്ങൾ പകർന്നുതരുന്നു.

കൃഷ്ണദാസ്
മാനേജിങ് എഡിറ്റർ

ജനസംസ്കാരത്തിന്റെ നാട്ടുവഴികളിലൂടെ

എന്റെ ഒട്ടെല്ലാ പുസ്തകങ്ങളുടെയും പശ്ചാത്തലം പഠനയാത്രകളാണെങ്കിലും തീർത്തും 'യാത്രാ' ഗണത്തിൽ പ്പെടുന്ന ഒരു പുസ്തകം ആദ്യമായി വരികയാണ്.

ഇവിടെയും യാത്ര സ്വയം തിരിച്ചറിയലും ചുറ്റുപാടുകളെ അറിയലും ദേശസംസ്കൃതിയെ നിർണയിക്കലും തന്നെയാണ്. എങ്കിലും ഈ യാത്രയിൽ കൂടെ നിള മാത്രമല്ല, കോരപ്പുഴയും ഭവാനിയും ശിരുവാണിയും കാവേരിയും അമരാവതിയും തുംഗഭദ്രയും വാരണനദിയും അസിനദിയും ഗംഗയുമുണ്ട്. യാത്രയുടെ ഭൂവൃത്തങ്ങളിൽ കടത്തനാടും വെങ്ങുനാടും ഏറനാടും അട്ടപ്പാടിയും കിഴക്കൻ പാലക്കാടിന്റെ ഗോത്രഭൂമികളും മാത്രമല്ല ശ്രീരംഗവും തമിഴകവും ഹംപിയും വിജയനഗരവും വാരണാസിയുമുണ്ട്.

കേരളീയവും ഭാരതീയവുമായ നാട്ടറിവ് നാനാർത്ഥ ങ്ങളിലൂടെയും ദേശപുരുഷാർത്ഥങ്ങളിലൂടെയുമുള്ളൊരു സർഗ്ഗാത്മകസഞ്ചാരമാണിത്. ഇവിടെ ആദിവാസികളുടെ വേട്ടക്കാരൻ ദൈവവും മല്ലീശ്വരനായി മാറിയ ജൈന തീർത്ഥകൻ മല്ലീനാഥനും കരകെട്ടിമാപ്പിളത്തിറയും ശ്രീരംഗനാഥനും കാശിവിശ്വനാഥനും ശ്രീബുദ്ധനും ഒന്നായിത്തെളിയുന്നു. തച്ചോളി ഒതേനനും പാലാട്ടുകോമനും ആരോമൽ ചേകവരും ഉണ്ണിയാർച്ചയും പൂമാതൈ പൊന്നമ്മയും ചോനവളപ്പിൽ ആലിക്കുട്ടിയും കൃഷ്ണദേവരായരും വീരചോളധർമ്മവർമ്മനും ആണ്ടാളും തുളുക്കനായിയാരും ഹരിശ്ചന്ദ്രനും വരരുചിയും

നാറാണത്തുഭ്രാന്തനും ആദിശങ്കരനും ഒരേ പ്രബുദ്ധതയുടെ നാട്ടുപൊരുളധികാരമണിയുന്നു.

യാത്രയുടെ ജ്ഞാനങ്ങളിൽ, കീഴാളജനതയുടെ ചെറുത്തുനില്പും സാംസ്കാരിക പ്രതിരോധവുമുണ്ട്. ചതിക്കപ്പെട്ട ആദിഗോത്രസമൂഹങ്ങളുടെ രേഖപ്പെടാതെ പോയ ചരിത്രവും.

ഇന്ത്യയെ ഒന്നാക്കിത്തീർത്ത ബഹുസ്വരനാനാർത്ഥങ്ങളുടെ ചെറിയൊരു സംസ്കാരഭൂപടം ഇതിലുണ്ട്.

സമ്പന്നമായ നമ്മുടെ ഫോക്‌ലോർ തെളിയിച്ചുതന്ന ജനസംസ്കാരത്തിന്റെ നാട്ടുവഴികളിലൂടെയാണ് സഞ്ചാരി നടന്നത്. ആ വഴിയമ്പലങ്ങൾ സഹൃദയർക്കു മുന്നിൽ വിനയപൂർവ്വം തുറന്നുവെയ്ക്കുന്നു.

ഗ്രീൻബുക്‌സിന് നന്ദി.

ആലങ്കോട് ലീലാകൃഷ്ണൻ

ഉള്ളടക്കം

വെങ്ങുനാട്ടിൽ അലയുമ്പോൾ 11
കാവേരിയുടെ ഹൃദയശ്രീരംഗം 19
ഹംപിയുടെ അവശിഷ്ടങ്ങൾ 28
കടത്തനാടിന്റെ കാലസംഗീതം 32
ത്രിമൂർത്തി മലയിറങ്ങുന്ന കണ്ണുനീർ തീർത്ഥം 75
ആദിഗോത്രങ്ങളുടെ കറുത്ത സത്യം തേടി 81
പ്രകാശത്തിന്റെ നഗരം 100
സ്നേഹംകൊണ്ട് ചികിത്സിക്കുന്ന ഒരിടം 103

വെങ്ങുനാട്ടിൽ അലയുമ്പോൾ

കൊല്ലങ്കോട്ടുനിന്ന് സീതാർകുണ്ടിലേക്കു പോവാൻ ദുർഗമമായ ഒരു മലമ്പാതയുണ്ട്. തെന്മലയടിവാരത്തുനിന്ന് ചെങ്കുത്തായ പാറയിടുക്കു കളിലൂടെ കുത്തിയിഴഞ്ഞും ചെടിപ്പടർപ്പുകളിൽ അള്ളിപ്പിടിച്ചും കയറി പ്പോവേണ്ട ആ വഴി പക്ഷേ, ഇവിടുത്തെ ആദിവാസികൾക്കും കർഷ കർക്കും സുപരിചിതമാണ്. പുറം നാട്ടുകാർക്ക് അവരെത്ര സാഹസിക രാണെങ്കിൽ പോലും ആ വഴി വഴങ്ങിത്തരികയില്ല. അങ്ങനെയൊരു വിഫലസാഹസത്തിനു പുറപ്പെട്ട് ഒരിക്കൽ ഉദ്ദേശ്യമൊന്നുമില്ലാത്ത ഒരലച്ചിലിൽ, വെങ്ങുനാടൻ താഴ്‌വരയുടെ അനിശ്ചിതമായ ജ്ഞാനങ്ങളി ലേക്കും കാലരഹിതമായ അനുഭവങ്ങളിലേക്കും ഞങ്ങൾ സഞ്ചരിച്ചു പോയി.

മഹാകവി പി. കുഞ്ഞിരാമൻനായരുടെ വഴിയമ്പലങ്ങൾ തേടി അലയുന്ന കാലത്താണ്. എന്റെ കൂടെ കഥാകൃത്ത് പി. സുരേന്ദ്രനുമുണ്ടാ യിരുന്നു.

തെന്മലയടിവാരത്തോളം ആറേഴു നാഴിക ദൂരം നടന്നത് ഞങ്ങളറി ഞ്ഞതേയില്ല.

നീലമലയുടെ മടിയിൽ കിടക്കുന്ന കിഴക്കൻ താഴ്‌വരയ്ക്ക് നിറഞ്ഞ യൗവനമായിരുന്നു.

നാഴികകളോളം പരന്നുകിടന്ന, അറ്റംകാണാത്ത പാടങ്ങളുടെ പച്ച ക്കടൽ. പ്രകൃതിയുടെ പ്രണയോത്സവത്തിന് മരതകക്കുട നിവർത്തി നിൽക്കുന്നതുപോലെ നിരനിരയായി കരിമ്പനകൾ. നിഗൂഢസൗന്ദര്യം ചൂണ്ടുന്ന മലമ്പാതകൾക്കരികെ വനകന്യക നീരാടാനിറങ്ങുന്ന താമര പ്പൊയ്കകൾ.

ഈ വഴിയാണല്ലോ കവിയുടെ നിത്യകന്യക ഒറ്റക്കാളവണ്ടിയിൽ തോഴികളാരുമില്ലാതെ, വനശ്രീയുടെ കാവിൽ നിറമാല തൊഴാൻ പോയത്. വാടിയ ചെമ്പകപ്പൂവിന്റെ പരിമളമലിഞ്ഞുപോയ താഴ്‌വര ക്കാറ്റിൽ പിന്നെയും പിന്നെയും കവിജന്മങ്ങൾ അവളെ തേടിയലയാൻ വിധിക്കപ്പെട്ടു.

ചുറ്റും വെൺമേഘങ്ങൾ പാറുന്നു ഈ തെന്മല - വടമലക്കോട്ടയിൽ. കാളവണ്ടികൾ ഉറക്കംതൂങ്ങി നീങ്ങുന്ന പൊള്ളാച്ചിമലമ്പാതയിൽ. ശ്രീസമൃദ്ധികളുടെ കെടാവിളക്കണഞ്ഞുപോയ നാടുവാഴിക്കോവിലകങ്ങളിൽ, കാച്ചാംകുറിശ്ശിപ്പെരുമാളുടെ നിത്യനിസ്വതയിൽ, അന്തിപ്പോക്കുവെയിലിൽ സ്വർണമണിഞ്ഞുകിടന്ന പല്ലശ്ശനപ്പാതയിൽ, താമരപ്പൊയ്കകളുടെ കൺവക്കിൽ...

പ്രാചീനനായ ഒരു നൊമേഡിന്റെ അവസാനിക്കാത്ത അലച്ചിലുകൾ.

ചങ്ങലപ്പാടില്ലാത്ത കാട്ടാനയുടെ മസ്തകംപോലെ ദൂരെക്കണ്ട തെന്മലനിര, നടന്നടുക്കുംതോറും അകന്നകന്നുപോയി.

തെന്മലയ്ക്കു മുകളിൽ നെല്ലിയാമ്പതി വനമേഖലയാണ്. പാടഗിരി എന്നു വിളിക്കപ്പെടുന്ന നാല്ലിക്കോട്ട പാലക്കാട്ടുചുരത്തിന്റെ ദക്ഷിണ പാർശ്വത്തിൽ കിടക്കുന്ന ഏറ്റവും വലിയ കൊടുമുടിയാകുന്നു. മായാമുടി, വെള്ളാച്ചിമുടി, വലിയ ബാണമുടി, വാൾവെച്ചമല തുടങ്ങി വേറെയും കൊടുമുടിശിഖരങ്ങളോടുചേർന്ന് നെല്ലിയാമ്പതി മലമടക്കുകൾ തെക്കുകിഴക്കോട്ടു നീണ്ടുചെന്ന് പറമ്പിക്കുളവുമായി സന്ധിക്കുന്നു.

തെന്മലയടിവാരത്തുനിന്ന് പാറയിടക്കുവഴിയിലൂടെ ഞങ്ങൾ കുറച്ചു ദൂരം മുകളിലേക്കു കയറിപ്പോയി. പാറയുടെ പള്ളയിൽ നല്ല വഴുക്കലുണ്ടായിരുന്നു. ഒരു പർവ്വതാരോഹകന്റെ സാഹസികതയോടെ സുരേന്ദ്രൻ വേഗത്തിൽ മുകളിലേക്കു കയറിക്കൊണ്ടിരുന്നു. ചെടിപ്പടർപ്പുകളിൽ അള്ളിപ്പിടിച്ച് പാറയിളുമ്പുകളിൽ നിന്നപ്പോൾ പക്ഷേ, എന്റെ കാലുകൾ വല്ലാതെ വിറയ്ക്കാൻ തുടങ്ങി.

അപ്പോഴേക്കും ഭാഗ്യവശാൽ കരി ചുട്ടെടുക്കുവാൻ മല കേറിപ്പോയ ഒരു ഗ്രാമീണൻ വിളിച്ചുപറഞ്ഞു:

"സാറമ്മാരേ, അങ്ങോട്ടു കേറിപ്പോവല്ലേ. ഭയങ്കര വഴുക്കലാണ്."

പിന്നെ ഞങ്ങൾക്ക് തിരിച്ചിറങ്ങുകയല്ലാതെ വേറെ നിർവ്വാഹമുണ്ടായിരുന്നില്ല.

സുരേന്ദ്രൻ വളരെ നിരാശനായതുപോലെ തോന്നി. ഏതായാലും വന്ന വഴി തിരിച്ചുപോവേണ്ടെന്നും തൊണ്ണൂറു ഡിഗ്രി ചെരിവിൽ കിഴക്കോട്ടു നടന്നാൽ പ്രധാന പാതയിലെത്താതിരിക്കില്ലെന്നും ചില ദിശാനിയമങ്ങൾ കണക്കുകൂട്ടി സുരേന്ദ്രൻ പറഞ്ഞു. പുതിയ കാഴ്ചകളെന്തെങ്കിലും കാണാതിരിക്കില്ലെന്നും. ഇത്തരം യാത്രകളിൽ എന്നേക്കാൾ പരിചയസമ്പന്നനായതുകൊണ്ട് സുരേന്ദ്രന്റെ നിയമങ്ങളനുസരിക്കുകയേ എനിക്കു കരണീയമായിരുന്നുള്ളൂ.

അങ്ങിങ്ങു കണ്ട ചില കളപ്പുരകളൊഴിച്ചാൽ മനുഷ്യവാസത്തിന്റെ ലക്ഷണമൊന്നുമില്ലാതിരുന്ന വിജനമായ വയൽപ്പരപ്പിലൂടെ പിന്നെയും

ഞങ്ങൾ ദീർഘദൂരം നടന്നു. കാറ്റും വെളിച്ചവും പക്ഷേ, ശുദ്ധവും സ്വച്ഛവുമായിരുന്നു. അകലെ വെൺമേഘമാലകളേയും മറികടന്ന് ഉയർന്നുപോയ ശ്യാമരാശിപൂണ്ട തെന്മലയുടെ നെറുകയിൽനിന്ന് രജതമിന്നലുകൾപോലെ ജലപാതങ്ങൾ കുതിച്ചുചാടുന്നതിന്റെ വിസ്മയദൃശ്യങ്ങൾ കാണാമായിരുന്നു. ജലരൂപമാർന്ന സംഗീതം പഥികരുടെ ഹൃദയത്തിലേക്കാണ് മലയിറങ്ങിവന്നത്. അത് ശരീരത്തിന്റെയും മനസ്സിന്റെയും എല്ലാ രോഗപീഡകളെയും ഇല്ലാതാക്കിക്കൊണ്ടിരുന്നു.

തെന്മലക്കാടുകളിൽ പണ്ട് ദേശാടനത്തിനു വന്ന ധർമ്മവർമ്മൻ എന്ന പ്രാചീന രാജാവിന്റെ കഥ ഞാനോർത്തു.

'നികലപുരം' എന്ന രാജ്യം വാണിരുന്ന ധർമ്മവർമ്മൻ മാറാത്ത കുഷ്ഠരോഗം ബാധിച്ച് പത്നീസമേതനായി നാടുവിട്ടലയുകയായിരുന്നു. തെന്മലയിലെ സീതാർകുണ്ടിൽ നിന്നുദ്ഭവിക്കുന്ന 'ഇക്ഷുമതി' എന്ന ജലപാതത്തിൽ മുങ്ങിയപ്പോൾ ധർമ്മവർമ്മന്റെ കുഷ്ഠരോഗം സമ്പൂർണമായും ഭേദപ്പെട്ടു. മാത്രവുമല്ല വനവാസത്തിനിടയിൽ അദ്ദേഹത്തിനൊരു കുഞ്ഞും പിറന്നു. ഹേമാംഗൻ എന്ന ആ കുഞ്ഞുമായി സ്വദേശത്തേക്കു മടങ്ങിപ്പോവുമ്പോൾ കുഞ്ഞിനെ പുഴയിൽ വീണു കാണാതായി. പുഴയിൽനിന്ന് ഒരു കൊല്ലൻ കുഞ്ഞിനെ കണ്ടെടുത്തു വളർത്തി.

പിന്നീടവൻ വെങ്ങുനാടുപ്രദേശത്തിന്റെ മുഴുവൻ നാടുവാഴിയായി എന്നും തന്നെ എടുത്തുവളർത്തിയ കൊല്ലന്റെ സ്മരണയ്ക്കായി തന്റെ നാടിന് 'കൊല്ലങ്കോടെ'ന്നു പേരിട്ടുവെന്നുമായി ആ ദേശപുരാവൃത്തം നീളുന്നു.

കഥ പറഞ്ഞുനടന്ന് ഞങ്ങൾ കയറിച്ചെന്നത് വിശാലമായ ഒരു കാട്ടുചിറയുടെ കരയിലേക്കായിരുന്നു. അത്യന്തം വിസ്മയകരവും ഹൃദ്യവുമായ ഒരു കാഴ്ചയായിരുന്നു അത്. ചുറ്റും വളർന്നുമൂടിയ ഇടതൂർന്ന പച്ചവള്ളിപ്പടർപ്പുകൾക്കിടയിൽനിന്ന് 'കാടെവിടെ അവസാനിക്കുന്നു ജലമെവിടെത്തുടങ്ങുന്നു' എന്നറിയാത്തവിധം വളരെ വിസ്താരത്തിൽ ആ വനതടാകം പരന്നുകിടക്കുകയായിരുന്നു. മരതകക്കല്ലുകെട്ടിയ ഒരിന്ദ്രനീലക്കല്ലുപോലെ.

"ഇലവീഴാപ്പൂഞ്ചിറ." സുരേന്ദ്രൻ പറഞ്ഞു.

ജലത്തിൽ ചിത്രലിപികളെഴുതിക്കൊണ്ട് ഒരു നീർക്കോലി ഞങ്ങൾക്കു മുമ്പിലെ കൈതപ്പൊന്തയിൽ വന്നു തലയുയർത്തിനോക്കി. അനേകം ശലഭങ്ങൾ വള്ളിപ്പടർപ്പുകളിൽനിന്ന് ഒരുമിച്ചു പറന്നുപൊങ്ങി. പ്രകൃതിയുടെ ജൈവവാങ്മയം പോലെ ആ ജലവാക്യം പ്രണയത്തിന്റെ അനേകമനേകം പര്യായങ്ങൾ ഉരുവിട്ടുകൊണ്ടിരുന്നു.

ചിറയോടുചേർന്ന് പേരാലുകൾ വളർന്നുമൂടിയ ഒരു കാവായിരുന്നു. മാതൃവൃക്ഷത്തിന്റെ മേൽപ്പടർപ്പിൽനിന്ന് മണ്ണിലേക്കു തൂങ്ങിയിറങ്ങിയ വേടുകളെല്ലാം കൂറ്റൻ പേരാൽവൃക്ഷങ്ങളായി പടർന്നുപടർന്ന് നിരവധി

നൂറ്റാണ്ടുകൾകൊണ്ട് രൂപംപൂണ്ട വിസ്തൃതമായ ഒരു കാവായിരുന്നു അത്. മരതകപ്പച്ച വീശുന്ന മറ്റൊരു മഹാകാശംപോലെ ആലില ച്ചാർത്തിന്റെ പരന്ന മേൽക്കൂര മുകളിൽ പീലിവിരിച്ചുനിന്നു.

അസാധാരണമായ പ്രശാന്തിയും കുളിർമ്മയും നിറഞ്ഞ ആ കാവിനുള്ളിൽ ആത്മാവിൽ നഗ്നരായി ഞങ്ങൾ ഒരു പേരാൽശയ്യ ചാരിക്കിടന്നു.

ആ കിടപ്പിൽ ഉറങ്ങിയോ; സ്വപ്നം കണ്ടോ!

വിചിത്രവേഷധാരികളായ രണ്ടു ലാടന്മാർ തോളിൽതൂക്കിയ മാറാപ്പു കളും വികൃതശില്പങ്ങൾ കൊത്തിയ ചിത്രദണ്ഡുകളുമായി കാവി നുള്ളിലേക്കു കടന്നുവന്നു.

മാതൃവൃക്ഷച്ചുവട്ടിലെ പോട്ടിലിരിക്കുന്ന നിയതരൂപമില്ലാത്ത ഗോത്ര ദൈവത്തിനുമുന്നിൽ ചന്ദനത്തിരി കത്തിച്ചു. കർപ്പൂരമുഴിഞ്ഞു. ഏതോ പ്രാകൃതഭാഷയിൽ അവർ ചില മന്ത്രങ്ങളുരുവിടുകയും മാന്ത്രികമായ ചില ആംഗ്യവിക്ഷേപങ്ങൾ കാണിക്കുകയും ചെയ്തു.

ലാടന്മാർ പോയപ്പോൾ വന്നത് തുണി വിറ്റുനടക്കുന്ന ഒരു നാടോടി യാണ്. അയാളും മരപ്പോട്ടിൽ ചന്ദനത്തിരി കത്തിച്ചു പ്രാർത്ഥിച്ചു.

പിന്നെയും പിന്നെയും വഴിയാത്രക്കാർ വന്നുകൊണ്ടിരുന്നു. വന്നവ രെല്ലാം അവരവരുടെ രീതിയിൽ ആ വഴിയോരക്കാവിലെ ഗോത്ര ദൈവത്തെ വണങ്ങിയാണ് കടന്നുപോയത്.

ആരും ഞങ്ങളെ ശ്രദ്ധിക്കുന്നുണ്ടായിരുന്നില്ല.

ഒരു ഗ്രാമീണസ്ത്രീ വന്ന് പേരാലിന്റെ തൂങ്ങിക്കിടക്കുന്ന വേടിൽ ഒരു കളിത്തൊട്ടിൽ തൂക്കിയിട്ടപ്പോഴാണ് ഞാനതു ശ്രദ്ധിച്ചത്.

പേരാൽക്കാവിന്റെ വേടുകളിലെല്ലാം നിരവധി കളിത്തൊട്ടിലുകൾ തൂങ്ങിയാടുന്നുണ്ടായിരുന്നു.

പ്രാചീനമായ ആ ഗോത്രലാവണ്യത്തിന്റെ കളിത്തൊട്ടിലുകളിൽ പിറന്ന ആദിമശിശുക്കളെപ്പോലെ ഞങ്ങൾ കിടന്നു. നിരവധി നാടോടി പ്പരമ്പരകൾ കടന്നുപോയ വഴിയിൽ ജന്മബന്ധത്തിന്റെ അങ്ങേയറ്റത്തെ മൃണാളനാളത്തോളം പേരാൽ വേടുകളിലെ തൊട്ടിലുകൾ നിരനിരയായി ആടിക്കൊണ്ടിരുന്നു.

വിലാദ്രിക്കും ലക്കിടിക്കുമിടയ്ക്ക് സോമേശ്വരം ക്ഷേത്രവും ഐവർ മഠവും അതിരിടുന്ന ഇത്തിരിവട്ടം ഭൂമിക്ക് 'ഭാരതഖണ്ഡ'മെന്നാണ് പേര്.

നിളയുടെ പൊരുളന്വേഷിച്ചലഞ്ഞ കാലങ്ങളിൽ ഭാരതഖണ്ഡത്തിൽ എനിക്കൊരു സ്ഥിരം വഴിയമ്പലമുണ്ടായിരുന്നു.

ലക്കിടിക്കടവ്!

ലക്കിടിപ്പാലത്തിന്റെ കൈവരി ചാരിനിന്നു നോക്കിയാൽ കിഴക്കു തുറന്നിട്ട വിദൂര നീലിമയോളം താരുണ്യംവിടാത്ത പുഴയുടെ പ്രണയകേളീവിലാസം കാണാം.

കാലത്തിൽനിന്നു പിടഞ്ഞുപിടഞ്ഞു മുന്നോട്ടുനീളുന്ന ജീവിത പ്രവാഹത്തിന്റെ പെരുമ്പാതകൾ. ഉത്സവം തിമിർക്കുന്ന താലപ്പൊലിപ്പാട ങ്ങൾ. പുള്ളോർക്കുടം മുറുകിമൂളുന്ന കുന്നിൻചെരിവുകൾ. ഇല്ലിക്കാടു കൾ പൂത്ത മംഗലത്തെ നാട്ടുവഴികൾക്കക്കരെ പാമ്പിൻതുള്ളലിന്റെ നേർത്ത ശ്യാമസംഗീതം. നക്ഷത്രക്കളമെഴുത്തുള്ള രാത്രികളുടെ ഗന്ധർവ്വവിലാസങ്ങൾ.

ഒരിക്കൽ ഐവർമഠം കടവിൽ, പിതൃബലിക്കുവന്ന വൃദ്ധനായ ഒരു സന്ന്യാസിയെ കണ്ടു. തെല്ലൊരു സന്ദേഹത്തോടെ ഞാനദ്ദേഹത്തോടു ചോദിച്ചു:

“പൂർവ്വാശ്രമങ്ങൾ വെടിഞ്ഞ സർവ്വസംഗപരിത്യാഗിക്ക് എന്തിനാണ് പിതൃബലി?”

“സന്ന്യാസത്തിന്റെ പാപം” അദ്ദേഹം ചിരിച്ചു.

“ജരൽക്കാരുവിന്റെ കഥ കേട്ടിട്ടില്ലേ? പോകുന്നിടത്തൊക്കെ പിതൃ ക്കൾ ഗതികിട്ടാതെ പേരുവിളിച്ചു കരയുന്നു. ഒരു ദർഭപ്പുൽത്തലപ്പിൽ, അഗാധ തമോഗർത്തത്തിന്റെ വക്കിൽ പിതൃപരമ്പരകൾ തൂങ്ങിക്കിടക്കുക യാണ്. പുല്ലിന്റെ കടയോ എലികൾ കരണ്ടുകൊണ്ടുമിരിക്കുന്നു.

ഗൃഹസ്ഥാശ്രമം സ്വീകരിക്കാതെ വാനപ്രസ്ഥം വരിച്ചവന്റെ ശാപം.

കാശിയിലും രാമേശ്വരത്തും തിരുനെല്ലിയിലും തിരുനാവായിലു മൊക്കെ ബലിയിട്ടിട്ടും പിതൃശാപം തീർന്നില്ല. പിതൃഗതിയറ്റ പുന്നരക ങ്ങളിലെ പാപതീർത്ഥാടനങ്ങൾക്കിടയിൽ ഇവിടെയും ഒന്നു വന്നു നോക്കുന്നു.”

പിന്നെ അദ്ദേഹം ഐവർമഠത്തിന്റെ പ്രാധാന്യത്തെ സംബന്ധിച്ചുള്ള ഐതിഹ്യകഥ പറഞ്ഞു.

മഹാപ്രസ്ഥാനത്തിനുമുമ്പ് പഞ്ചപാണ്ഡവർ കുരുക്ഷേത്രയുദ്ധത്തിൽ കൊല ചെയ്യപ്പെട്ട പിതൃക്കൾക്ക് ശാന്തി വരുത്തുവാനായി ഭാരതത്തിലെ പുണ്യതീർത്ഥങ്ങളിലെല്ലാം പിതൃക്രിയകൾ നടത്തി. എന്നാൽ ഒരിടത്തും പിതൃക്കൾ പൂർണതൃപ്തരായി കണ്ടില്ല. ഒടുവിൽ അവർ സഹ്യശൃംഗ ങ്ങൾ കടന്ന് നിളാതീരത്തുമെത്തിച്ചേർന്നു. ലക്കിടിക്കടവത്ത് പിതൃ ക്രിയകൾ ചെയ്തപ്പോൾ പിതൃക്കളെല്ലാം പൂർണതൃപ്തരായതുകണ്ട് പാണ്ഡവർ അത്യന്തം സന്തുഷ്ടരായിത്തീരുകയും അഞ്ചുപേരും ചേർന്ന് പുഴയോരത്ത് ഒരു ശ്രീകൃഷ്ണവിഗ്രഹം പ്രതിഷ്ഠിക്കുകയും ചെയ്തു എന്നാണ് കഥ.

പഞ്ചപാണ്ഡവർ പ്രതിഷ്ഠിച്ച ശ്രീകൃഷ്ണക്ഷേത്രം പിന്നീട് ഐവർ മഠം എന്നു പ്രസിദ്ധമായിത്തീർന്നു. പുഴയിൽ അടുത്തകാലംവരെ

പാണ്ഡവർ പിതൃക്രിയ നടത്തിയതെന്നു വിശ്വസിക്കപ്പെടുന്ന ചെമ്പു നിറമാർന്ന പിണ്ഡപ്പാറയും പാറയിൽ അഞ്ചു കുഴികളുമുണ്ടായിരുന്നു വത്രെ.

ഭാരതഖണ്ഡത്തിൽ നിൽക്കുമ്പോൾത്തന്നെ ഞാൻ തിരുവില്വാമല ക്കാരുടെ സ്മൃതികളിൽ മുഴങ്ങുന്ന ഒരു വാദ്യകലാകേളിയും കേട്ടിട്ടുണ്ട്. ലക്കിടിക്കടവത്ത് പുഴ കടക്കുമ്പോൾ ഇരുകരകളിലും താളമേളങ്ങളുടെ വസന്തോത്സവമാണ്.

പുഴയ്ക്കക്കരെ മുഴങ്ങുന്ന വെങ്കിച്ചൻസ്വാമിയുടെ മദ്ദളം.

പഞ്ചവാദ്യകലയുടെ പരിഷ്കർത്താവായിരുന്ന വെങ്കിച്ചൻസ്വാമി കേരളീയ വാദ്യകലാചരിത്രത്തിലെ വിസ്മയമാണ്.

പണ്ടുകാലത്ത് മദ്ദളം മിഴാവുപോലെ രണ്ടു കൈകൊണ്ടും ഒരേ പുറത്ത് കൊട്ടുന്ന രീതിയിലാണത്രേ വായിച്ചിരുന്നത്. വെങ്കിച്ചൻസ്വാമി യാണ് ഇന്നത്തെ സമ്പ്രദായത്തിൽ മദ്ദളവാദനത്തെ പരിഷ്കരിച്ചത്. മുൻകാലത്ത് ഒരു തിമില, ഒരു തൊപ്പിമദ്ദളം, ഒരു ചേങ്ങില, ഒരു ശംഖ്, ഒരു ഇടയ്ക്ക എന്നിവയുടെ സമ്മിശ്രണമായിരുന്ന പഞ്ചവാദ്യകലയെ ഇന്നു കാണുംവിധം പരിഷ്കരിച്ചെടുത്തതും വെങ്കിച്ചൻസ്വാമി തന്നെ. ഓരോ കാലവും ഓരോരുത്തർ കൊട്ടി അവസാനിപ്പിക്കുന്ന സമ്പ്രദായം മാറ്റി എല്ലാവരും മാറിമാറിക്കൊട്ടി അവസാനം കൂട്ടിക്കൊട്ടി മേളം കൊഴുപ്പിക്കുന്ന രീതിയും വെങ്കിച്ചൻസ്വാമിയുടെ പരിഷ്കാരമാണ്.

എന്റെ അലച്ചിലുകളിൽ പലപ്പോഴും സഹയാത്രികനായിട്ടുള്ള വെള്ളടിക്കുന്നത്തെ കൃഷ്ണവാരിയർ (ഇദ്ദേഹം കേരളീയ വാദ്യകല യുടെ വ്യാകരണം മുഴുവനറിയുന്ന ഒരുത്തമ കലാസൗന്ദര്യമർമ്മജ്ഞ നാണ്.) വെങ്കിച്ചൻസ്വാമിയെക്കുറിച്ചൊരു ശ്ലോകം എനിക്കു ചൊല്ലി ത്തന്നിട്ടുണ്ട്.

“തിങ്കൾക്കലാധരനുമാപതിമോദമോടെ
ശങ്കിച്ചിടാതെ വരമേകുക കാരണത്താൽ
വെങ്കിച്ചനെന്നു പുകൾപൊങ്ങിയ വിപ്രനോടി-
ന്നങ്കത്തിനായൊരുവനില്ലിഹ മദ്ദളത്തിൽ.”

തിരുവില്വാമലക്കരയിൽ പിന്നെയുമുണ്ട് പ്രശസ്തരായ വാദ്യകലാ കാരന്മാരുടെ ഒരു നിര. കഥകളിമേളം ആവിഷ്കരിച്ച ചിട്ടൻ പട്ടർ (ഇദ്ദേഹം വെങ്കിച്ചൻസ്വാമിയുടെ അമ്മാമനായിരുന്നു) അദ്ദേഹത്തിന്റെ സഹായികളായിരുന്ന സുബ്രഹ്മണ്യസ്വാമി, കൊളന്തസ്വാമി, മാധവ വാരിയർ, കുറുങ്കുഴൽവാദ്യ കലാകാരന്മാരായിരുന്ന ചീരാത്ത ശങ്കുപ്പണി ക്കർ, പറപ്പൂർ ഗോവിന്ദപ്പണിക്കർ, ചക്കിങ്കൽ കൃഷ്ണപ്പണിക്കർ, പഴയ ന്നൂർ രാമപ്പണിക്കർ തുടങ്ങി പ്രശസ്തരായ അനവധി കലാകാരന്മാർ തിരുവില്വാമലയുടെ വാദ്യകലാകേളിയിൽ നിരന്നുനിൽക്കുന്നു.

ഭാരതഖണ്ഡത്തിന്റെ കിഴക്കേക്കരയിൽ ഈ വാദ്യകലാകേളിയുടെ ഗംഭീരാരവം മുഴങ്ങുമ്പോൾ അങ്ങേക്കരയിൽനിന്ന് കോച്ചാമ്പിള്ളി നമ്പ്യാന്മാരുടെ മന്ദ്രമധുരമായ മിഴാവൊലി കേൾക്കാം.

കൂടിയാട്ടവാദ്യത്തിലെ അതുല്യകലാകാരനായിരുന്നു കോച്ചാമ്പിള്ളി രാഘവൻ നമ്പ്യാർ. കോച്ചാമ്പിള്ളി രാമൻനമ്പ്യാരാവട്ടെ മിഴാവിൽ തായമ്പക ചിട്ടപ്പെടുത്തുന്നതിലൂടെ കൂടിയാട്ടം വിട്ടുള്ളൊരു തട്ടകം മിഴാവിനു സൃഷ്ടിച്ചുകൊടുത്ത കലാകാരനും.

കിള്ളിക്കുറിശ്ശിമംഗലമാണിത്. കേരളത്തിലെ പ്രാചീനമായ കലാകേന്ദ്രം. കേരളീയ കലകളുടെയെല്ലാം ഗംഗോത്രിയായ പ്രാചീനകലയായ കൂടിയാട്ടം ഇവിടെയാണ് തഴച്ചുവളർന്നത്. കൂത്തിലും കൂടിയാട്ടത്തിലും അദ്വിതീയരായിരുന്ന കുട്ടഞ്ചേരി ചാക്യാന്മാരുടെ വംശപരമ്പര കിള്ളിക്കുറിശ്ശിമംഗലവുമായി ബന്ധപ്പെട്ടു കിടക്കുന്നു.

പ്രസിദ്ധരായ കുട്ടഞ്ചേരി ചാക്യാന്മാരുടെ ആദിപരമ്പരയിൽപ്പെട്ട ഒരു ചാക്യാരെക്കുറിച്ച് യാത്രയിൽ പറഞ്ഞുകേട്ടിട്ടുള്ള ഒരു കഥയുണ്ട്.

അശ്വത്ഥാമാവിന്റെ ശിരസ്സിൽനിന്ന് രത്നം ചൂഴ്ന്നെടുത്ത മഹാഭാരത കഥാസന്ദർഭം അതീവതന്മയത്വത്തോടെ അവതരിപ്പിക്കുകയായിരുന്നു ചാക്യാർ. രസാഭിനയം അതിന്റെ പാരമ്യത്തിലെത്തിയപ്പോൾ സദസ്സിലിരുന്ന ഒരു ബ്രാഹ്മണൻ അത്യന്തവേദനയനുഭവിച്ചതുപോലെ തലയിൽ കൈയമർത്തി ഉറക്കെ നിലവിളിച്ചുകൊണ്ട് സദസ്സിൽനിന്നെഴുന്നേറ്റു പോയി. ഉടനെത്തന്നെ ചാക്യാർ കൂത്ത് നിർത്തി പിറകെ ചെന്നപ്പോൾ ബ്രാഹ്മണൻ ചിരഞ്ജീവിയായ സാക്ഷാൽ അശ്വത്ഥാമാവ് തന്നെയാണെന്നു തിരിച്ചറിഞ്ഞുവെന്നും അശ്വത്ഥാമാവ് ചാക്യാരെ അനുഗ്രഹിച്ചുവെന്നുമാണ് കഥ.

ഈ താവഴിയിൽപ്പെട്ടവരാണ് കുട്ടഞ്ചേരി മൂത്തചാക്യാർ, കുട്ടഞ്ചേരി നാരായണചാക്യാർ, ദാമോദരചാക്യാർ എന്നീ കൂടിയാട്ട കലാകാരന്മാർ.

കുട്ടഞ്ചേരി ചാക്യാന്മാരുമായി താദാത്മ്യം പ്രാപിച്ച മാണിയൂർ (മാണി) ചാക്യാന്മാരുടെ താവഴിയിലാണ് പ്രശസ്തരായ മാണി പരമേശ്വര ചാക്യാർ, മാണി വലിയ നീലകണ്ഠൻ ചാക്യാർ, ചെറിയ നീലകണ്ഠൻ ചാക്യാർ, വാസു ചാക്യാർ എന്നിവർ പിറന്നത്. നാട്യാചാര വിദൂഷകരത്നം മാണി മാധവചാക്യാരാണ് ഈ പരമ്പരയിലെ ഏറ്റവും തിളക്കമാർന്ന കലാകാരൻ. കഥകളിക്ക് കണ്ണു നൽകിയ മാണി മാധവ ചാക്യാർ 'കൂടിയാട്ട'മെന്ന പ്രാചീനകലയ്ക്ക് ആധുനികകാലത്തും പ്രശസ്തിയും പ്രചാരവും നേടിക്കൊടുത്തു. ചതുർവ്വിധാഭിനയങ്ങളും സമഞ്ജസമായി സമ്മേളിച്ചിട്ടുള്ള കൂടിയാട്ടം നടന്റെ മികവും പ്രതിഭയും പരീക്ഷിക്കുന്നൊരു കലാരൂപമാണ്. മാണി മാധവചാക്യാർ അക്ഷരാർത്ഥത്തിൽ കൂടിയാട്ടത്തെ കീഴടക്കിയ കലാകാരനായിരുന്നു.

ഭാരതഖണ്ഡത്തിന്റെ ഹൃദയഭൂമിയിൽ ലക്കിടിക്കടവത്തെ കിഴക്കൻ കാറ്റിൽ നിന്നുകൊണ്ട് ഈ സ്മൃതിപരമ്പരയുടെ വെളിപാടുകൾ ഞാൻ

പലതവണ കാതറിഞ്ഞിട്ടുണ്ട്. ഒരു രാത്രി ഭാരതഖണ്ഡത്തിൽ നിളയുടെ ചന്ദനമൗനത്തിൽ ഉറങ്ങാൻ കിടന്നിട്ടുമുണ്ട്.

വില്വാദ്രിനാഥ ക്ഷേത്രത്തിലും കുത്താമ്പുള്ളിയിലും സദനത്തിലും അലഞ്ഞുതിരിഞ്ഞ് തിരിച്ചുവരുമ്പോഴായിരുന്നു. തിരുവില്വാമലയിലെത്തിയപ്പോൾ ഒറ്റപ്പാലത്തേക്കുള്ള അവസാനത്തെ ബസ്സും പോയി.

ചൈത്രത്തിലെ നല്ല നിലാവുള്ള രാത്രിയായിരുന്നു. ലക്കിടി കൂട്ടുപാതവരെ നടക്കാമെന്നു തീരുമാനിച്ചാണ് നടന്നുതുടങ്ങിയത്. കൂടെ ഫോട്ടോഗ്രാഫർ കണ്ണൻ സൂരജുമുണ്ടായിരുന്നു.

ലക്കിടിപ്പാലത്തിനു മുകളിലെത്തിയപ്പോൾ പ്രയാണത്തിന്റെ ഏതോ നിശ്ചലബിന്ദുവിൽ തളയ്ക്കപ്പെട്ടതുപോലെ ഞാൻ നിന്നുപോയി. നിളയിൽ നിലാവ് സ്വർണമുരുക്കിയൊഴിച്ചിരിക്കുകയായിരുന്നു. പോയ രാവുകളിലെ നിലാവത്രയും നിന്നു വറ്റിയുറഞ്ഞുപോയ സ്വർണമണപ്പുറത്ത് ഓരോ മണൽത്തരിയും വെട്ടിത്തിളങ്ങുന്നുണ്ടായിരുന്നു. തലയ്ക്കു മുകളിൽ പുഷ്പിച്ചുനിന്ന ചൈത്രപഞ്ചമിച്ചന്ദ്രന്റെ വജ്രകാന്തിയിൽ ചന്ദ്രമദത്തിന്റെ പാലാഴിത്തിരയിൽ, പറഞ്ഞറിയിക്കാനാവാത്ത ഒരു ചിത്തഭ്രമം എന്നെ ബാധിച്ചു.

'പി.കുഞ്ഞിരാമൻനായർക്ക് 'കളിയച്ഛ'നെന്ന കവിത സമ്മാനിച്ച മണപ്പുറമാണ്.'

പാതി ആത്മഗതമായി ഞാനിങ്ങനെ പറഞ്ഞു.

"എന്നാൽപ്പിന്നെ ഈ രാത്രി നമുക്കീ മണപ്പുറത്തു കിടക്കാം. നിങ്ങൾക്കും വേണമല്ലോ ഒരു കളിയച്ഛനെ."

കണ്ണന്റെ വാക്കുകൾക്കൊപ്പം ഏതോ നിലാഭ്രാന്തിൽ ഞങ്ങൾ പുഴയിലിറങ്ങി. മണലിന്റെ നിലാമെത്തയിൽ മലർന്നുകിടന്നു.

എത്രനേരം അങ്ങനെ കിടന്നു എന്നറിഞ്ഞുകൂടാ. പുഴക്കരെ ഏതോ താലപ്പൊലിക്കാവിൽ പൂരം കഴിഞ്ഞുവന്നിരുന്ന രണ്ടാനകളെ തളച്ചിരുന്നു.

പുഴമണലിൽ ആകാശം നോക്കിക്കിടന്ന ഞങ്ങളെ ആനപ്പാപ്പാന്മാർ ആദ്യം ഭ്രാന്തരെന്നു കരുതിയിരിക്കണം. കുറച്ചുകഴിഞ്ഞപ്പോൾ അവർ അടുത്തുവന്നു കുശലം ചോദിക്കാൻ തുടങ്ങി.

പാപ്പാന്മാർ നാലുപേരും നല്ലപോലെ മദ്യപിച്ചിരുന്നു.

കുശലാന്വേഷണം ഉപദ്രവമാകാൻ തുടങ്ങിയപ്പോൾ ഞങ്ങൾ പതുക്കെ എഴുന്നേറ്റുനടന്നു.

നിലാപ്പിശുക്കില്ലാത്ത ആ രാത്രിയെ മനസ്സിലിട്ടു സഞ്ചരിച്ചതിനാൽ തടി കയറ്റിവന്ന ഒരു ലോറിയിൽ ഒറ്റപ്പാലത്തേക്കും അവിടെ നിന്ന് പെരുമ്പിലാവുവഴി നാട്ടിലേക്കുമായി പുലരുംവരെ നീണ്ട അലച്ചിൽ ഒട്ടും ക്ലേശപൂർണമായില്ല.

കാവേരിയുടെ ഹൃദയശ്രീരംഗം

തഞ്ചാവൂരിൽനിന്ന് ശ്രീരംഗത്തേക്കു പോകുമ്പോൾ പടയോട്ടങ്ങളുടെ മുറിവുണങ്ങാത്ത സ്മാരകങ്ങൾക്കിടയിൽ മരിക്കാത്തൊരു കാരുണ്യ പ്രവാഹമായി പിന്നെയും കാവേരി.

ഈ യാത്രയിലിത് മൂന്നാംതവണയാണ് നിറഞ്ഞ കാവേരിയെ മുഖാ മുഖം കാണുന്നത്. തമിഴകത്തിന്റെ ജീവജലമാണല്ലോ ഈ പുണ്യനദി. ചോളനാട്ടിലേയും പാണ്ടിനാട്ടിലേയും പട്ടിക്കാടുകളും പട്ടണങ്ങളും എന്നും കാവേരിയുടെ കനിവിനു വേണ്ടിയാണ് കാത്തുകിടന്നത്. കാവേരി യില്ലായിരുന്നുവെങ്കിൽ ദ്രാവിഡന്റെ പുരാതനമായൊരു സംസ്കാര ത്തിന്റെ ഭൂമിക എന്നേ കുടിനീർ മുട്ടി മരിച്ചുപോകുമായിരുന്നു.

ഇന്നും ഈ നദീജലത്തോടൊപ്പം തമിഴകത്തിന്റെ രാഷ്ട്രീയം കലങ്ങി മറിയുന്നതും നാമറിയുന്നുണ്ടല്ലോ. വരണ്ട മണ്ണിന്റേയും ദാഹിക്കുന്ന മനുഷ്യരുടെയും കുടിനീർകൊണ്ടുള്ള രാഷ്ട്രീയ ചൂതാട്ടങ്ങൾ. സ്വന്തം ഭൂവൃത്തങ്ങളിൽ നദികളെ തടഞ്ഞുനിർത്താനും ഞെരിച്ചുകൊല്ലാനുള്ള അധികാരത്തിന്റെ അഹങ്കാരങ്ങൾ.

ചരിത്രങ്ങൾക്കപ്പുറത്തേക്കു നീണ്ടുകിടക്കുന്ന പുരാവൃത്തങ്ങളുടെ തുടർക്കഥയാണിത്. കാവേരിക്കതെല്ലാം പണ്ടേ പരിചിതവുമാണ്. അഗ സ്ത്യൻ തന്റെ കമണ്ഡലുവിൽ കാവേരിയെ പണ്ടു തടഞ്ഞുനിർത്തി യെന്നാണല്ലോ പുരാണം. പിന്നീട് കമണ്ഡലു തട്ടിമറിച്ചൊഴുകിപ്പോന്ന കാവേരിയുടെ ജീവിതപ്രേമമാണ് ഇന്നും ഈ ദ്രാവിഡ ഭൂമിയുടെ അഴകു കളായി പരിലസിക്കുന്നത്.

തിരുച്ചിറപ്പള്ളി റോക്ക് ഫോർട്ടിന്റെ മുകളിൽനിന്നു നോക്കുമ്പോൾ കാണായ ലോകം മുഴുവൻ കാവേരിയാണ്. തെങ്ങിൻതോപ്പുകൾക്കും സൂര്യകാന്തിപ്പാടങ്ങൾക്കുമിടയിലൂടെ പരന്നൊഴുകിവരുന്ന ജലകാമന യുടെ വിശുദ്ധതാരുണ്യം.

അങ്ങേക്കരയിൽ വാനിലേക്കുയർത്തിയ കൂപ്പുകൈകൾപോലെ

ശ്രീരംഗം ക്ഷേത്രത്തിന്റെ മഹാഗോപുരങ്ങൾ. കണ്ണെത്താദൂരത്തോളം പരന്നുകിടക്കുന്ന ശില്പവൈവിധ്യങ്ങളുടെ വിസ്മയക്കാഴ്ചകൾ.

കലയുടെ കനിവും കവിതയുംകൊണ്ട് കാവേരി മെനഞ്ഞ ത്രികാല പുണ്യമാകുന്നു ശ്രീരംഗം. അധികാരസ്വരൂപങ്ങളുടെ മർദ്ദനായുധങ്ങളെയെല്ലാം ജയിച്ച ചിറ്റുളിയുടെയും ചുറ്റികയുടെയും സർഗസംഗീതം.

ശ്രീരംഗനാഥന്റെ തട്ടകം മുഴുവൻ ശിലകളുടെയും ശില്പികളുടെയും അനന്തമായ പ്രാർത്ഥനയാണ്. തമിഴകം വാണ രാജവംശങ്ങളെല്ലാം സ്വന്തം കലാസംസ്കൃതിയുടെ മുദ്ര ചാർത്തിയ മഹാമണ്ഡപങ്ങളും ഗോപുരങ്ങളും ഇവിടെ ബാക്കിവച്ചിട്ടുണ്ട്. അതിന്റെയൊക്കെ പേരിലാണ് ലോകോത്തരമായ കലാക്ഷേത്രമായി ഇന്ന് ശ്രീരംഗം വാഴ്ത്തപ്പെടുന്നത്.

ഒരർത്ഥത്തിൽ ഇത് ചരിത്രത്തിന്റെ ഒരു പ്രായശ്ചിത്തവുമാണ്. ശ്രീരംഗം പിടിച്ചടക്കുവാൻ നടന്ന പടയോട്ടങ്ങൾക്ക് കണക്കില്ല. എണ്ണിയാൽത്തീരാത്ത അധിനിവേശങ്ങൾ ചോരയിലെഴുതിയ പാപചരിത്രങ്ങൾക്ക് നിത്യസാക്ഷിയായിരുന്നു കാവേരി. ഒടുവിൽ ഈ കണ്ണീർപ്പുഴയുടെ ഹൃദയതീരത്തെ ചോരപ്പാടുകളൊക്കെ മാച്ചുകളയുകയും ഇതിലേ കടന്നുപോയ ഓരോ രാജവംശത്തേയും അവയുടെ സാംസ്കാരിക ചൈതന്യത്തിലൂടെ അനശ്വരമാക്കുകയാണ് ശ്രീരംഗം ചെയ്തത്. ചോളനും പാണ്ഡ്യനും വിജയനഗരരും ഹോയ്സാലരും നായ്ക്കന്മാരുമൊക്കെ ഇവിടെ കരിങ്കല്ലിന്റെ അനശ്വരതയിലാണ് ജീവിക്കുന്നത്. ഇന്ത്യൻ ശില്പകലാ ചരിത്രത്തിലെ ചൈതന്യവത്തായ കാലങ്ങളെയെല്ലാം ശ്രീരംഗം സ്വന്തം ഹൃദയത്തിലണിഞ്ഞിരിക്കുന്നു. ആയിരം കാൽമണ്ഡപത്തിലേയും ശേഷരായർ മണ്ഡപത്തിലേയും വേണുഗോപാല മണ്ഡപത്തിലേയുമൊക്കെ ശിലാകാവ്യങ്ങൾ ലോകശില്പകലയിലെതന്നെ വിസ്മയങ്ങളാണ്. ഏറ്റവുമൊടുവിൽ കോൺക്രീറ്റുകാലഘട്ടത്തിന്റെ മഹത്തായ ശില്പസാഫല്യമെന്നു വിളിക്കാവുന്ന ഒരു കൂറ്റൻ രാജഗോപുരവും പുതിയകാലത്ത് ശ്രീരംഗം സാക്ഷാൽക്കരിച്ചിരിക്കുന്നു. ഏഷ്യയിലെ ഏറ്റവും വലിയ ഗോപുരമായ രാജഗോപുരം 1987-ലാണ് പണിതീർന്നത്.

ആടിമാസത്തിലെ കുളിർമണമുള്ള കാറ്റിൽ കാവേരിയുടെ കനിവറിഞ്ഞ് ശ്രീരംഗനാഥന്റെ തെരുവീഥികളിലൂടെ നടക്കുമ്പോൾ കൈലാസപുരത്ത് എന്റെ ആതിഥേയനായിരുന്ന ജയപ്രകാശ് മഹാവിസ്മയമായ രാജഗോപുരത്തിന്റെ ചരിത്രമാണ് പറഞ്ഞുകൊണ്ടിരുന്നത്.

മുന്നൂറിലേറെ വർഷം മുമ്പ് ശ്രീരംഗം വാണ നായ്ക്കന്മാരാണ് രാജഗോപുരത്തിന്റെ പണി തുടങ്ങിവച്ചത്. പക്ഷേ ആദ്യത്തെ നില പൂർത്തിയായപ്പോഴേക്കും മുസ്ലീം ആക്രമണങ്ങളെത്തുടർന്ന് അവർക്ക് ശ്രീരംഗം വിടേണ്ടിവന്നു. പിന്നീട് പലരും പല കാലങ്ങളിലായി രാജഗോപുരത്തിന്റെ

പണി വീണ്ടും തുടങ്ങാൻ ശ്രമം നടത്തിയെങ്കിലും ഈ നൂറ്റാണ്ടിന്റെ അവസാന ദശകങ്ങൾവരെ അത് പഴയതുപോലെതന്നെ കിടന്നു. ഒടുവിൽ അഹോബില മഠത്തിലെ അഴകിയ ശിങ്കാർജീർ സ്വാമികളാണ് മൊട്ടഗോപുരമെന്നു വിളിക്കപ്പെട്ടിരുന്ന രാജഗോപുരത്തിന്റെ പണി പൂർത്തിയാക്കാനുള്ള സാഹസികദൗത്യം ഒരു വെല്ലുവിളിയായി ഏറ്റെടുത്തത്. അന്നതിന്റെ വിജയത്തെക്കുറിച്ച് ആർക്കും പ്രതീക്ഷയുണ്ടായിരുന്നില്ല. പലരും അദ്ദേഹത്തെ പിന്തിരിപ്പിക്കാൻ ശ്രമിക്കുകയും ചെയ്തു. എന്നാൽ ദൃഢവ്രതനായിരുന്ന ജീർസ്വാമികൾ 236 അടി ഉയരവും പതിമ്മൂന്നു നിലകളുമുള്ള രാജഗോപുരത്തിന്റെ പണി പൂർത്തിയാക്കുകതന്നെ ചെയ്തു. ഇന്നിപ്പോൾ ലോകത്തിലെ വലിയ ശില്പവിസ്മയങ്ങളിലൊന്നായി ശ്രീരംഗത്തിന്റെ രാജഗോപുരം തലയുയർത്തിനിൽക്കുന്നു.

രാജഗോപുരത്തോളം വലുതല്ലെങ്കിലും ഒട്ടും ചെറുതല്ലാത്ത 21 ഗോപുരങ്ങൾ വേറെയുമുണ്ട് ശ്രീരംഗം ക്ഷേത്രസമുച്ചയത്തിൽ. പല കാലങ്ങളിലായി പല രാജവംശങ്ങൾ പണിതീർത്ത ഓരോ ഗോപുരവും അതതു കാലഘട്ടത്തിലെ വ്യത്യസ്തങ്ങളായ ശില്പ-ചിത്രകലാ സംസ്കാരങ്ങളെ പ്രതിനിധീകരിക്കുന്നു. മൂല്യവത്തായ അസംഖ്യം ശില്പങ്ങൾകൊണ്ട് കമനീയമാക്കപ്പെട്ട ഈ കൽക്കെട്ടുകളോട് കാലം തോറ്റുപോയിരിക്കുകയാണ്. ഇന്ത്യൻ ശില്പകലയിലെ ചോളശൈലിയും ഹോയ്സാല ശൈലിയുമൊക്കെ തനതു സവിശേഷതകളോടെ വേറിട്ടു നിൽക്കുമ്പോൾത്തന്നെ ഭാരതീയമായൊരു വിശിഷ്ട സൗന്ദര്യദർശനത്തിൽ അവയെല്ലാം ഇവിടെ ഉത്തമമായി സമന്വയിക്കപ്പെട്ടിരിക്കുന്നതായി കാണാം. ഒരു കലാവിദ്യാർത്ഥിയെ സംബന്ധിച്ച് ശ്രീരംഗം വൈവിധ്യങ്ങളുടെയും അപൂർവതകളുടെയും ഒരു മഹാപ്രപഞ്ചമാണ്.

ഇതിഹാസകാലത്തോളം പഴക്കമുള്ള ക്ഷേത്രോല്പത്തിയുടെ ഐതിഹ്യമനുസരിച്ച് ചോളരാജവംശമാണ് ശ്രീരംഗം ക്ഷേത്രത്തിന്റെ സ്ഥാപകർ. ശ്രീരാമ പട്ടാഭിഷേകത്തിന് അയോധ്യയിലേക്ക് ക്ഷണിക്കപ്പെട്ട രാജാക്കന്മാരിൽ ചോളരാജാവായ ധർമ്മവർമ്മനുമുണ്ടായിരുന്നുവെന്നാണ് കഥ. അവിടെവച്ച് ശ്രീരാമൻ, ശ്രീരംഗവിമാനത്തിൽവെച്ച് പൂജിക്കുന്ന രംഗനാഥ വിഗ്രഹം കണ്ട് മോഹിതനായ ധർമ്മവർമ്മന് എങ്ങനേയും തനിക്കത് ലഭിക്കണമെന്ന തീവ്രമായ അഭിലാഷമുണ്ടായി. പക്ഷേ ശ്രീരാമനോടത് ചോദിക്കാൻ ധൈര്യമില്ലായ്കയാൽ ധർമ്മവർമ്മന് ഇച്ഛാഭംഗത്തോടെ ചോളദേശത്തേക്കു തിരിച്ചുപോരേണ്ടിവന്നു. എന്നാൽ പട്ടാഭിഷേകത്തിനു വന്ന വിഭീഷണന് ശ്രീരാമൻ രംഗനാഥ വിഗ്രഹം സമ്മാനിച്ചുവെന്ന കഥയറിഞ്ഞ ധർമ്മവർമ്മൻ പിന്നീട് വിഭീഷണൻ ലങ്കയിലേക്കു മടങ്ങുന്നതും കാത്തുനില്പായി.

അങ്ങനെ ചന്ദ്രപുഷ്ക്കരിണിയുടെ തീരത്തുവെച്ച് ധർമ്മവർമ്മൻ വിഭീഷണനെ സ്വീകരിക്കുകയും കുറച്ചു ദിവസത്തേക്കെങ്കിലും തന്റെ

അതിഥിയായിരിക്കുവാൻ അപേക്ഷിക്കുകയും ചെയ്തു. ആ അപേക്ഷ സ്വീകരിച്ച് ചോളദേശത്ത് അതിഥിയായി തങ്ങിയ വിഭീഷണൻ കാവേരി തീരത്തെ വിശുദ്ധമായൊരു സ്ഥാനത്തുവെച്ച് തന്റെ രംഗനാഥ വിഗ്രഹത്തിന് പൂജകൾ ചെയ്തുപോന്നു. അടിയുറച്ച ഭക്തിയോടും വിശ്വാസത്തോടുംകൂടി ധർമ്മവർമ്മനും അദ്ദേഹത്തോടൊപ്പം ശ്രീരംഗനാഥ സേവ ചെയ്തു. ഒടുവിൽ വിഭീഷണൻ ലങ്കയിലേക്കു പുറപ്പെട്ടപ്പോൾ പക്ഷേ, രംഗനാഥ വിഗ്രഹം ഇരിക്കുന്നിടത്തു നിന്നനങ്ങാൻ കൂട്ടാക്കിയില്ല. ധർമ്മവർമ്മന്റെ ഭക്തിയും വിശ്വാസവും തിരിച്ചറിഞ്ഞ രംഗനാഥൻ കാവേരി തീരത്ത് സ്ഥിരമായി കുടിയിരിക്കാൻ തീർച്ചപ്പെടുത്തുകയായിരുന്നു. തെക്കോട്ടു തിരിഞ്ഞിരുന്നുകൊണ്ട് വിഭീഷണന്റെ ലങ്കയെ കാത്തുരക്ഷിക്കുവാനുള്ള ധർമ്മവും ശ്രീരംഗനാഥൻ ഏറ്റെടുത്തു. അങ്ങനെ രംഗനാഥക്ഷേത്രമുയർന്ന കാവേരിതീരം ശ്രീരംഗമായിത്തീർന്നു.

രംഗനാഥൻ പള്ളികൊള്ളുന്ന സ്വർണമയമായ ശ്രീരംഗവിമാനവും അതിനു ചുറ്റുമുള്ള മഹാമണ്ഡപവും അഴകിയ മണവാളൻ തിരുമണ്ഡപവുമൊക്കെ ധർമ്മവർമ്മൻ പണിതീർത്തതാണെന്നാണ് വിശ്വാസം.

എന്നാൽ ധർമ്മവർമ്മൻ പണിത ക്ഷേത്രം പിൽക്കാലത്ത് കാവേരി ജലത്തിൽ മുങ്ങിപ്പോയെന്നും കിളിചോളനെന്ന മറ്റൊരു രാജാവാണ് ഇന്നു കാണുന്ന ക്ഷേത്രം പണിതതെന്നും വേറൊരു കഥയുണ്ട്. അതേതായിരുന്നാലും ചോളരാജാക്കന്മാരുമായി ബന്ധപ്പെട്ടതാണ് ശ്രീരംഗം ക്ഷേത്രത്തിന്റെ ആദിചരിത്രം. ഇന്നു കാണുന്ന ക്ഷേത്ര സമുച്ചയത്തിന്റെ സിംഹഭാഗവും ചോള ശില്പ വൈദഗ്ധ്യത്തിന്റെ സാക്ഷ്യങ്ങളാണ്. ലോകോത്തരമായ ചോളശില്പശൈലിയുടെ അപൂർവ്വമായ ഒട്ടേറെ സ്മാരകങ്ങൾ ശ്രീരംഗത്തുണ്ട്. രാജാമഹേന്ദ്രചോളന്റെയും കുലോത്തുംഗ ചോളൻ മൂന്നാമന്റെയുമൊക്കെ പേരിലുള്ള മണ്ഡപങ്ങളും ഗോപുരങ്ങളും പ്രാചീന ചോളശില്പകലാ ചൈതന്യം ഇന്നും പ്രകാശിപ്പിച്ചു നിൽക്കുന്നു.

ചോളന്മാർക്കുശേഷം ശ്രീരംഗത്തിന്റെ ശില്പകലാ സംസ്കൃതിയെ അദ്ഭുതകരമായ വളർച്ചയിലേക്കു നയിച്ചത് ഹോയ്സാല രാജാക്കന്മാരാണ്. ഹോയ്സാല സഹോദരന്മാരായിരുന്ന സോമേശ്വരനും രാമനാഥനും ചേർന്നാണ് വിശ്വപ്രസിദ്ധമായ ശില്പ പരമ്പരകൾ നിറഞ്ഞ വേണുഗോപാലമണ്ഡപം നിർമ്മിച്ചത്. ബേലൂരിലേയും ഹളേബിഡിലേയും ഹോയ്സാല ക്ഷേത്രങ്ങളെ അനുസ്മരിപ്പിക്കുന്ന വേണുഗോപാല മണ്ഡപത്തിലെ ശില്പങ്ങൾക്ക് വാസ്തവത്തിൽ ശിലയുടെ ജൈവസൗന്ദര്യമാണുള്ളത്. ജീവനുള്ള കരിങ്കൽ ശില്പങ്ങൾ എന്നല്ലാതെ ഈ ശില്പങ്ങളെക്കുറിച്ച് മറ്റൊരു വിശേഷണം പറയാനില്ല. വീണ വായിക്കുന്ന യുവതിയുടെയും നഗ്നയായ ലജ്ജാവതിയുടെയും കണ്ണാടിയിൽ നോക്കി പൊട്ടുകുത്തുന്ന സുന്ദരിയുടെയുമൊക്കെ ശില്പങ്ങൾ നമ്മെ അക്ഷരാർത്ഥത്തിൽ മോഹിപ്പിക്കുകതന്നെ ചെയ്യും.

പിന്നീട് പാണ്ഡ്യന്മാരുടെ അധീനതയിൽ വന്നുചേർന്നപ്പോഴും ശ്രീരംഗം അതിന്റെ അഷ്ടൈശ്വര്യ സമൃദ്ധികൾ നിലനിർത്തിയതായി ചരിത്രരേഖകൾ പറയുന്നു. പതിമ്മൂന്നാം നൂറ്റാണ്ടിൽ ശ്രീരംഗം സന്ദർശിച്ച മാർക്കോപോളോ ശ്രീരംഗത്തിന്റെ സാംസ്കാരിക പ്രതാപങ്ങൾ രേഖപ്പെടുത്തിയിട്ടുണ്ട്. അന്നത്തെ രാജാവായിരുന്ന കുലശേഖര പാണ്ഡ്യൻ ശ്രീരംഗത്തിന്റെ വികാസത്തിനു നൽകിയ സേവനങ്ങളേയും മാർക്കോപോളോ പ്രകീർത്തിക്കുന്നുണ്ട്. കുലശേഖര പാണ്ഡ്യനോടൊപ്പംതന്നെ മാറവർമാൻ സുന്ദരപാണ്ഡ്യന്റെയും ജാതവർമ്മ സുന്ദരപാണ്ഡ്യന്റെയും പേരുകളും ശ്രീരംഗം രേഖകളിൽ തിളങ്ങിനില്പുണ്ട്.

എന്നാൽ 1311-ൽ മാലിക് കഫൂറും 1323-ൽ മുഹമ്മദ്ബിൻ തുഗ്ലക്കും ശ്രീരംഗത്തെ ആക്രമിച്ചതോടുകൂടി ഈ സാംസ്കാരികകേന്ദ്രത്തിന്റെ ശ്രീസമൃദ്ധികൾ തത്ക്കാലത്തേക്കെങ്കിലും അസ്തമിച്ചുപോവുകതന്നെ ചെയ്തു. ശ്രീരംഗം കാത്തുസൂക്ഷിച്ചുപോന്ന അളവറ്റസമ്പത്തിന്റെ ഭണ്ഡാരമാണ് ഈ ആക്രമണങ്ങളോടുകൂടി കൊള്ളയടിക്കപ്പെട്ടത്. നൂറ്റാണ്ടുകളോളം ദക്ഷിണേന്ത്യൻ ചരിത്രത്തിൽ പ്രകാശം പരത്തിനിന്ന ശ്രീരംഗത്തിന്റെ സാംസ്കാരിക ഗോപുരങ്ങൾ പിന്നീട് വളരെക്കാലം ഇരുളിലാണ്ടുപോയി.

അതിനുശേഷം പതിനഞ്ചും പതിനാറും നൂറ്റാണ്ടുകളിൽ വിജയനഗര രാജാക്കന്മാരുടെയും നായ്ക്കന്മാരുടെയും വരവോടെയാണ് ശ്രീരംഗത്തിന്റെ രണ്ടാം സാംസ്കാരിക നവോത്ഥാനം തുടങ്ങുന്നത്. പഴയ ആക്രമണങ്ങളിൽ തകർക്കപ്പെട്ട ഗോപുരങ്ങളും മണ്ഡപങ്ങളുമെല്ലാം പുനർനിർമ്മിക്കുകയും പുതിയ ഒട്ടേറെ ശിലാമണ്ഡപങ്ങൾ പണിയുകയും ചെയ്തുകൊണ്ട് അവർ ശ്രീരംഗത്തിന് നവീനമായൊരു മുഖപ്രസാദമണിയിച്ചു. ഈ കാലഘട്ടത്തിന്റെ മഹത്തായ സംഭാവനയാണ് ശില്പകലയിലെ ലോകാദ്ഭുതങ്ങളിലൊന്നായി പരിഗണിക്കേണ്ടുന്ന ശേഷരായർ മണ്ഡപം. നായക് ശില്പശൈലിയുടെ അതുല്യമായ സ്മാരകമാണിത്.

ഒറ്റക്കരിങ്കല്ലിൽ പണിതീർത്ത എട്ടു കൂറ്റൻ ശില്പത്തൂണുകളാണ് ഈ മണ്ഡപത്തിന്റെ സൗന്ദര്യം. കുതിരപ്പുറത്തിരുന്ന് ഏതോ വന്യജീവികളോടു പൊരുതുന്ന പോരാളികളുടെ ശില്പങ്ങളാണ് ഓരോ തൂണിലും കൊത്തപ്പെട്ടിരിക്കുന്നത്. എല്ലാ സൂക്ഷ്മാംശങ്ങളിലും വിശദാംശങ്ങളിലും പൂർണത കൈവരിച്ചിട്ടുള്ള ഇത്തരം ശില്പങ്ങൾ ലോകത്തിൽ മറ്റൊരിടത്തും കാണാൻ കഴിഞ്ഞെന്നുവരില്ല. ഏക ശിലാബന്ധം വേറിട്ടുപോവാൻ എല്ലാവിധ സാധ്യതയുമുള്ള നേരിയ ഘടനകൾപോലും ഒറ്റക്കരിങ്കല്ലിൽത്തന്നെ സാക്ഷാൽക്കരിച്ചിട്ടുള്ള പേരറിയാത്ത ശില്പികളെ നമസ്ക്കരിക്കാതെ ഒരു കലാസ്നേഹിക്ക് ഈ മണ്ഡപം വിട്ടുപോരാൻ കഴിയില്ല.

അങ്ങനെയങ്ങനെ എത്രയെത്രയോ ശില്പങ്ങൾ. വിരൽ തൊടുമ്പോഴേക്കും പാടാൻ തുടങ്ങുന്ന ശില്പതൂണുകൾ നിറഞ്ഞ ആയിരം

കാൽമണ്ഡപങ്ങൾ. ദിവസങ്ങളോളം നടന്നലഞ്ഞാലും കണ്ടുതീരാൻ കഴിയാത്തത്ര സമൃദ്ധമായ ശില്പങ്ങളുടെ ഒരു ജൈവപ്രപഞ്ചം.

ഇവിടെ മോക്ഷത്തിന്റെ ദേവപാദങ്ങൾ കാത്തുകിടക്കുന്നത് ശിലകളല്ല. ശിലകൾക്ക് ജീവൻ നൽകിയ ശില്പികളുടെ ആത്മാക്കളാണ്. ചരിത്രങ്ങളിൽ പേരു ചേർക്കപ്പെടാത്ത പതിനായിരക്കണക്കായ ശില്പികൾ സ്വന്തം ജീവരക്തമൂറ്റിയാണ് ശിലകളിൽ സംഗീതം കൊത്തിവച്ചത്. ഈ ശിലാതല്പങ്ങളിൽ കാതു ചേർത്തുവെയ്ക്കുമ്പോൾ കേൾക്കാം, കുതിരകുളമ്പടികൾക്കും രണഭേരികൾക്കുമിടയിൽ ഞെരിഞ്ഞമർന്ന ചിറ്റുളിയുടെ ഗദ്ഗദങ്ങൾ. അദ്ഭുതകരമായ ഒരു ശില്പം തീർത്തുകഴിയുമ്പോൾ അതിനേക്കാൾ നന്നായി മറ്റൊരു ശില്പം മറ്റാർക്കുവേണ്ടിയും പണിയാതിരിക്കാനായി ശില്പിയുടെ കൈവെട്ടിക്കളഞ്ഞ അധികാര ക്രൗര്യത്തിന്റെ കൊലവിളികൾ.

ചരിത്രമാലിന്യങ്ങളുടെ ഈ പാപഭൂമികൾക്കു മീതെയാണ് ശ്രീരംഗ ശില്പങ്ങളുടെ പ്രാർത്ഥന ഉയരുന്നത്. അധികാരഘോഷയാത്രകളുടെ വർണാഭമായ കൊടിക്കൂറകൾക്കെല്ലാം മീതെ അത് ശില്പിയുടെ വർണ രഹിതമായ കൊടിയടയാളമുയർത്തിപ്പിടിക്കുന്നു.

ശിലാശില്പങ്ങളുടെ മാത്രം ആസ്ഥാനമല്ല ശ്രീരംഗം. ആനക്കൊമ്പിൽ കൊത്തിവച്ച കാമശാസ്ത്ര ശില്പപരമ്പരകളുടെ അപൂർവമായൊരു ശേഖരമുണ്ട് ശ്രീരംഗം മ്യൂസിയത്തിൽ. ‘കാമശാസ്ത്രത്തിന്റെ ധവള വ്യാഖ്യാന’മെന്നറിയപ്പെടുന്ന ഈ മൈഥുനശില്പങ്ങൾ മറ്റൊരു ലാവണ്യ വിസ്മയമാണ്. അതിനും പുറമെയാണ് ഗോപുരച്ചുമരുകളിലും മറ്റുമെഴുതപ്പെട്ട എണ്ണമറ്റ ചുമർചിത്രങ്ങൾ.

മണ്ഡപങ്ങളിൽനിന്നു മണ്ഡപങ്ങളിലേക്കു നീളുന്ന കരിങ്കൽ നടപ്പാതകളിലൂടെ നടന്നുനടന്ന് നാം കാലദേശങ്ങളറിയാത്ത കലാരഹസ്യങ്ങളുടെ മായക്കോട്ടയിലകപ്പെട്ടുപോകുന്നു. അപ്പോൾ എവിടെയൊക്കെയോ ചിലങ്കകൾ ചിരിക്കുന്നതും ആരൊക്കെയോ ചുവടുവയ്ക്കുന്നതുമറിയുന്നു. ചിരപുരാതന ശിലാഹൃദയങ്ങളേറ്റുപാടുന്ന സ്വരഗതികളുടെ വസന്തകീർത്തനമുണരുന്നു.

ഇത് ശ്രീരംഗത്തിന്റെ ജന്മാന്തര സുകൃതമാകുന്നു. ഇവിടുത്തെ സ്വര മണ്ഡപങ്ങളിൽ വന്നുപാടിയ സംഗീതജ്ഞരും ഇവിടെ ചിലങ്ക കെട്ടിയാടിയ നർത്തകരും നിരവധിയാണ്. ദക്ഷിണേന്ത്യൻ സംഗീതത്തിന്റെയും നൃത്തത്തിന്റെയും പോയ നൂറ്റാണ്ടുകളൊക്കെ ഈ കൽ മണ്ഡപങ്ങളോട് കടപ്പെട്ടിരിക്കുന്നു. അതുകൊണ്ടൊക്കെയാണ് പുരാതന ഭാരതീയ സംസ്കൃതിയുടെയും പാരമ്പര്യങ്ങളുടെയും മഹൽപ്രതീകമായി ശ്രീരംഗം ഇന്നും ചരിത്രത്തിൽ നിൽക്കുന്നത്. ദക്ഷിണേന്ത്യയെ സ്പർശിച്ചുപോയ എല്ലാ സാമൂഹിക-സാംസ്കാരിക ചലനങ്ങളുടെയും സിരാകേന്ദ്രമായിരുന്നു എക്കാലത്തും ശ്രീരംഗം.

സംഘകാല കൃതികൾ തൊട്ടിങ്ങോട്ടുള്ള തമിഴ് ക്ലാസിക്കുകളെല്ലാം ശ്രീരംഗത്തിന്റെ മാഹാത്മ്യം വർണിക്കുന്നുണ്ട്. ജനകീയവേദാന്ത മത പ്രചാരകനായിരുന്ന വേദാന്തദേശികർക്കും വിശിഷ്ടാദ്വൈത മതസ്ഥാപക നായിരുന്ന രാമാനുജനും കമ്പരാമായണകർത്താവായ കമ്പർക്കുമെന്നല്ല; വൈഷ്ണവ മതാചാര്യന്മാരായിരുന്ന പെരിയാഴ്വർ, നമ്മാഴ്വർ, കുല ശേഖരാഴ്വർ, തുളുക്കനാച്ചിയാർ, ആണ്ടാൾ, ശ്രീനാഥമുനികൾ തുടങ്ങിയ വർക്കുമെല്ലാം ആസ്ഥാനമായിരുന്നു ശ്രീരംഗം.

ഏഴാം നൂറ്റാണ്ടു മുതൽ തമിഴകത്തെ ഇളക്കിമറിച്ച വൈഷ്ണവ ഭക്തി പ്രസ്ഥാനങ്ങളുടെ കേന്ദ്രവും ശ്രീരംഗമായിരുന്നു. ആത്മീയ പ്രസ്ഥാന മെന്നതിലുപരിയായി ദക്ഷിണേന്ത്യയിലൊട്ടാകെ ആഴമുള്ള സാമൂഹിക പരിവർത്തനങ്ങളുണ്ടാക്കിയ ജനകീയ മുന്നേറ്റമായിരുന്നു വൈഷ്ണവ ഭക്തിപ്രസ്ഥാനം. ഈ പ്രസ്ഥാനത്തിനു സമാന്തരമായിത്തന്നെ ശക്ത മായൊരു ശൈവഭക്തിപ്രസ്ഥാനവും ഇതേകാലത്ത് തമിഴകത്തു ശക്തി പ്പെട്ടു. ജീർണിച്ചുപോയ ജൈന-ബുദ്ധമതങ്ങൾക്കെതിരായും ഭക്തി പോലും കുത്തകയാക്കിവച്ച 'പ്രഭുത്വത്തിനെതിരായുള്ള വിശ്വാസികളുടെ സംഘടിത തീർത്ഥാടനമായാണ് ഈ ഭക്തിപ്രസ്ഥാനങ്ങൾ രൂപപ്പെട്ടത്. എന്നാൽ പിൽക്കാലത്ത് ഇവ രക്തപങ്കിലമായ മതകലഹങ്ങളായി പരി ണമിക്കുന്നു. മധുരയിലും മറ്റും ക്രൂരമായ ജൈനമർദ്ദനങ്ങളുടെ ചോര ക്കഥയെഴുതുന്നതും ചരിത്രം കണ്ടു. ഇന്ന് നവഫാസിസത്തിന്റെ മുഖ മുദ്രയണിഞ്ഞുനിൽക്കുന്ന ഹിന്ദുത്വത്തിന്റെ സംഘടിത മതബോധം അതിന്റെ ആദ്യപാഠങ്ങളുൾക്കൊണ്ടതും ഇതിൽനിന്നൊക്കെയായിരി ക്കണം.

ചരിത്രപരിണതികളെന്തൊക്കെയായാലും വൈഷ്ണവ ഭക്തി പ്രസ്ഥാനത്തിന്റെ ആരംഭകാലങ്ങളിൽ അതൊരു വിപ്ലവകരമായ സാമൂ ഹിക മുന്നേറ്റമായിരുന്നു. ഭാരതീയ തത്ത്വചിന്തകളെ സാധാരണക്കാർക്കു മനസ്സിലാകുംവിധം ലളിതമായ ഗാനരൂപങ്ങളാക്കി പാടിയാണ് വൈഷ്ണവ സന്ന്യാസിമാർ ദേശാടനം നടത്തിയത്. ശ്രീരാഗം കേന്ദ്രമാക്കി വിഷ്ണു ക്ഷേത്രങ്ങളിൽനിന്ന് വിഷ്ണുക്ഷേത്രങ്ങളിലേക്കായിരുന്നു അവരുടെ യാത്ര. എണ്ണമറ്റ വിഷ്ണുഭക്തന്മാർ അവർക്കൊപ്പം കൂടി. ആഴ്വാന്മാരെ ന്നായിരുന്നു ഈ വൈഷ്ണവ സന്ന്യാസിമാർ അറിയപ്പെട്ടത്. തിരു മഴിശൈ ആഴ്വാർ, തിരുമലൈ ആഴ്വാർ, കുലശേഖരാഴ്വാർ, നമ്മാഴ്വാർ, പെരിയാഴ്വാർ, ആണ്ടാൾ തുടങ്ങിയ പന്ത്രണ്ടുപേരായിരുന്നു പ്രധാന പ്പെട്ട ആഴ്വാന്മാർ. ഇവരുടെ പാട്ടുകളെല്ലാം പിൽക്കാലത്ത് 'നാലായിരം പ്രബന്ധം' എന്ന പേരിൽ ശ്രീനാഥമുനി സമാഹരിച്ചിട്ടുണ്ട്.

പ്രധാനപ്പെട്ട ആഴ്വാന്മാരെല്ലാം ശ്രീരംഗനാഥ ഭക്തന്മാരായിരുന്നു. വൈഷ്ണവരുടെ നൂറ്റിയെട്ടു തിരുപ്പതികളിൽ പ്രധാനപ്പെട്ടതായിരുന്നു വല്ലോ ശ്രീരംഗം. തുളുക്കനാച്ചിയാർ, ആണ്ടാൾ എന്നീ ആഴ്വാന്മാരുടെ

ശ്രീരംഗനാഥനുമായുള്ള പ്രണയകഥകൾ ശ്രീരംഗത്തിന്റെ മരിക്കാത്ത മിത്തുകളാണ്.

പെരിയാഴ്വാർ എന്ന പ്രസിദ്ധനായ വൈഷ്ണവാചാര്യന്റെ മകളായിരുന്നു ആണ്ടാൾ. അവൾ വളരെ ചെറുപ്പത്തിലേ ശ്രീരംഗനാഥനുമായി ദിവ്യപ്രണയത്തിലായി. അച്ഛന് ദിവസവും ശ്രീരംഗനാഥപൂജയ്ക്കുള്ള പൂക്കളൊരുക്കിക്കൊടുത്തിരുന്നത് ആണ്ടാളാണ്. ചില ദിവസങ്ങളിൽ പൂജാപുഷ്പങ്ങളിൽ നീണ്ട മുടിനാരുകൾ കിടക്കുന്നുകണ്ട് സംശയം തോന്നിയ പെരിയാഴ്വാർ ഒരു ദിവസം മകളുടെ പ്രവൃത്തികൾ രഹസ്യമായി നിരീക്ഷിച്ചു. അപ്പോഴാണ് ശ്രീരംഗനാഥ പൂജയ്ക്കുവേണ്ടി ഒരുക്കുന്ന പൂക്കളെല്ലാം തന്റെ മുടിയിൽ ചൂടിയതിനുശേഷമാണ് ആണ്ടാൾ പൂജയ്ക്കു കൊണ്ടുവരുന്നതെന്ന് അദ്ദേഹമറിഞ്ഞത്. കോപാകുലനായിത്തീർന്ന അദ്ദേഹം മകളെ ഒരുപാടു ശകാരിച്ചു. ഒടുവിൽ മനോവേദനയോടെ ഉറങ്ങാൻ കിടന്ന പെരിയാഴ്വാരുടെ സ്വപ്നത്തിൽ രാത്രി ശ്രീരംഗനാഥൻ പ്രത്യക്ഷപ്പെട്ടു. ആണ്ടാളുടെ മുടിയിൽ ചൂടിയ പൂക്കൾ തനിക്കിഷ്ടമാണെന്നും അവൾ തന്റെ വധുവാണെന്നുമായിരുന്നു ശ്രീരംഗനാഥന്റെ അരുളപ്പാട്. അതിൻപ്രകാരം ആണ്ടാളും ശ്രീരംഗനാഥ വിഗ്രഹവുമായുള്ള വിവാഹം ആചാരപ്രകാരം നടത്തപ്പെടുകയും ജീവിതാവസാനംവരെ ആണ്ടാൾ രംഗനാഥ സഖിയായി കഴിയുകയും ചെയ്തുവെന്നാണ് കഥ.

തന്റെ ഭക്തിഗാനങ്ങൾകൊണ്ട് നിരവധി ഭക്തരെ വിഷ്ണുവിലേക്കാകർഷിച്ച ആണ്ടാളുടെ 'തിരുപ്പാവൈ' എന്ന ഗാനം പ്രസിദ്ധമാണ്.

ഒരു മുസ്ലീം സുൽത്താന്റെ മകളായിരുന്ന തുളുക്കനാച്ചിയാരുടെ കഥ മറ്റൊന്നാണ്. ശ്രീരംഗം ആക്രമിച്ചപ്പോൾ സുൽത്താനു ലഭിച്ച മനോഹരമായ ഒരു രംഗനാഥ വിഗ്രഹവുമായാണ് തുളുക്കനാച്ചിയാർ പ്രണയത്തിലായത്. ആ വിഗ്രഹവുമായുള്ള മകളുടെ പ്രണയചേഷ്ടകൾകണ്ട് കോപിഷ്ഠനായിത്തീർന്ന സുൽത്താൻ ഒടുവിൽ വിഗ്രഹം മകളിൽനിന്നു പിടിച്ചെടുത്തു നശിപ്പിച്ചു. അതോടെ ഉന്മാദിനിയെപ്പോലെ വിഷ്ണു കീർത്തനങ്ങൾ ചൊല്ലി നാടുചുറ്റാൻ തുടങ്ങിയ തുളുക്കനാച്ചിയാർ ഒടുവിൽ ശ്രീരംഗത്തെത്തി അഴകിയ തിരുമണവാളനിൽ വിലയം പ്രാപിക്കുകയായിരുന്നുവത്രെ.

ഇന്നും വൈഷ്ണവഭക്തന്മാർ ആഴ്വാന്മാരെയെല്ലാം ശ്രീരംഗനാഥനു തുല്യരായിക്കരുതി ആരാധിക്കുകയും അവരുടെ ഗാനങ്ങൾ പാടിപ്പോരുകയും ചെയ്യുന്നുണ്ട്. ശ്രീരംഗക്ഷേത്ര സമുച്ചയത്തിന്റെ സമീപ പ്രദേശത്തുള്ള പ്രസിദ്ധമായ 'തിരുവാനക്കാവ്' എന്ന ശിവക്ഷേത്രത്തിലാവട്ടെ, ശൈവസന്ന്യാസിമാരായിരുന്ന നായനാന്മാരുടെ ഭക്തിഗീതങ്ങളുടെ സമാഹാരമായ 'പതിനെട്ടുമുറൈ'കളും ആചരിക്കപ്പെടുന്നു.

തമിഴകത്തിന്റെ ജീവിതദർശനത്തിന്റെവരെ ആഴമുള്ള പക്ഷപാത ചിന്തകളാണ് ഈ ഭക്തിപ്രസ്ഥാനങ്ങൾ സൃഷ്ടിച്ചതെന്നാണ് ഇന്ന് ചരിത്രം നമുക്കു തരുന്ന പാഠം. സംഘകാലത്തിന്റെ അവസാനദശയിൽ (മിക്കവാറും മൂന്നാംനൂറ്റാണ്ടിന്റെ അവസാനത്തിൽ) അതുവരെ തമിഴകത്തു വന്നുചേർന്ന സംസ്കാരങ്ങളേയും തത്ത്വചിന്തകളേയുമൊക്കെ അർത്ഥപൂർണമായി സമന്വയിപ്പിച്ചുകൊണ്ട് ഉൽക്കൃഷ്ടമായ ഒരു സാംസ്കാരികോദ്ഗ്രഥനം സാധിച്ചിരുന്നു തിരുവള്ളുവർ. സ്നേഹം, വിനയം, ദയ, ദാനശീലം, സത്യം എന്നീ പഞ്ചശീലങ്ങളിലൂന്നിയ വിശുദ്ധമായ ഒരു ജീവിതസന്ദേശമാണ് അദ്ദേഹത്തിന്റെ 'തിരുക്കുറൽ' ഉയർത്തിപ്പിടിച്ചത്. ജീവിതത്തിന്റെ അർത്ഥങ്ങൾ അപഗ്രഥിക്കുന്നതിൽ തിരുവള്ളുവർ മനുഷ്യപ്രകൃതിയെ മാത്രമാണ് ആശ്രയിച്ചത്. ദൈവനീതിയോ, വിശ്വാസസംഹിതകളോ, മാറിമാറിവരുന്ന സാമൂഹിക-രാഷ്ട്രീയാഭിമുഖ്യങ്ങളോ അദ്ദേഹത്തെ സ്വാധീനിച്ചില്ല.

ദക്ഷിണേന്ത്യൻ ജീവിതദർശനത്തിന്റെ കണ്ണാടിയായിരുന്ന സമചിത്തതയാർന്ന ആ ധർമ്മസന്ദേശങ്ങളുടെ വെളിച്ചത്തിലാണ് 'ശൈവിസ'വും 'വൈഷ്ണവിസ'വും കാലുഷ്യത്തിന്റെ കരിനിഴൽ വീഴ്ത്തിയത്. അതിന്റെ പാപങ്ങൾ ശ്രീരംഗത്തിന്റെ സാംസ്കാരിക ചൈതന്യത്തിലും മൗഢ്യം പരത്തി. വൈഷ്ണവരും ശൈവരും തമ്മിൽ തമ്മിൽ കലഹിച്ചപ്പോൾത്തന്നെ ജൈന-ബുദ്ധമതങ്ങളെ അവരൊരുമിച്ച് നേരിടുകയായിരുന്നു. പിന്നെപ്പിന്നെ കലയുടെയും സംസ്കാരത്തിന്റെയും സ്ഥാനത്ത് കലഹവും മത്സരവും ഈ ദേവാലയത്തിലും കുടിയേറി. ഒടുവിൽ ഫ്രഞ്ച് അധിനിവേശവും ബ്രിട്ടീഷ് ആധിപത്യവും കൂടിക്കഴിഞ്ഞപ്പോൾ ശ്രീരംഗം കാവേരിയുടെ മഹാസ്വപ്നങ്ങളുടെ ബാക്കിപത്രം മാത്രമായി.

പാപപുണ്യങ്ങളുടെ തിരത്തള്ളലിൽ കലങ്ങിയും തെളിഞ്ഞു മൊഴുകിയ കാലവാഹിനിയുടെ തീരത്ത് കരകാണാത്ത ജീവിതശോകങ്ങൾക്ക് സഞ്ജീവനിയായി ഇന്നും ശ്രീരംഗം ബാക്കിയുണ്ട്. ഇതിലേ നടക്കുമ്പോൾ മുകുളിതഹൃദയരായ ശിലാഗോപുരങ്ങളുടെ മൗനപ്രാർത്ഥന നാമറിയുന്നു. അതിലൂടെ ഭൂമി അതിന്റെ വിശുദ്ധമായ അർത്ഥങ്ങളിൽ നമ്മോട് സംവദിക്കുകയും ചെയ്യുന്നു.

ഹംപിയുടെ അവശിഷ്ടങ്ങൾ

ഏതോ ചരിത്രനിയോഗംപോലുള്ള ഒരു യാത്രയിലാണ് ഹംപിയിലെത്തിയത്. ഹംപി ഒരു ചരിത്രവിസ്മയമാണ്. നൂറ്റാണ്ടുകൾക്കുമുമ്പ് തകർത്തെറിയപ്പെട്ട ഒരു ലോകോത്തര നാഗരികത, അതിന്റെ അവശിഷ്ടങ്ങളിൽ പിന്നെയും പിന്നെയും ജീവിക്കുന്നതിലെ മഹാദ്ഭുതം.

അനേകായിരം ഏക്കറിൽ വ്യാപിച്ചുകിടക്കുന്ന കൂറ്റൻ ശിലാനിർമ്മിതികളുടെയും ശില്പങ്ങളുടെയും വിജനഭൂപടമാണിന്ന് ഹംപി.

കോട്ടമതിലുകൾ, കൊട്ടാരക്കെട്ടുകൾ, നൃത്തമണ്ഡപങ്ങൾ, സംഗീതശാലകൾ, മഹാക്ഷേത്രങ്ങൾ, കൂത്തമ്പലങ്ങൾ, ആനപ്പന്തികൾ, ആയുധപ്പുരകൾ, ഭോജനശാലകൾ, ഉദ്യാനമന്ദിരങ്ങൾ, കരിങ്കൽത്തേരുകൾ, നടക്കാവുകൾ, പുഷ്കരിണികൾ.

മുക്കാലും തകർക്കപ്പെട്ടവ, പാതിമാത്രം ബാക്കിയായവ, ശിലാഖണ്ഡങ്ങളായി ചിതറിപ്പരന്നവ, അദ്ഭുതകരമായി അതിജീവിച്ചവ.

ഉത്തരകർണാടകയിൽ, ഹോസ്പെറ്റ് നഗരത്തിൽനിന്ന് പത്തുനാഴികദൂരെ, ഓരോരോ ഉത്ഖനനത്തിലും മണ്ണിനടിയിൽനിന്ന് ഉയിർത്തെഴുന്നേറ്റുവരുന്ന ഹംപി ഇന്ന് ചരിത്രാന്വേഷകർക്ക് അവസാനിക്കാത്ത വിസ്മയമാകുന്നു. പടുകൂറ്റൻ ഭൂഗർഭക്ഷേത്രവും ചേതോഹരങ്ങളായ പുഷ്കരിണികളും 1980നു മുമ്പ് ഹംപിയിൽ വന്നവർക്ക് കാണാൻ കഴിഞ്ഞിട്ടുണ്ടാവില്ല. അതിനുശേഷം നടന്ന ഉത്ഖനനങ്ങളിലാണ് അവ പുറത്തുവന്നത്. അടുത്ത തവണ വരുമ്പോൾ ഒരുപക്ഷേ, കാണാതായ പ്രധാന കൊട്ടാരസമുച്ചയംതന്നെ മണ്ണടരുകളെ വകഞ്ഞുമാറ്റി പുറത്തുവന്നേക്കാം.

കാരണം, ഹംപി കാലത്തിനു തോല്പിക്കാൻ കഴിയാത്ത സംസ്കാരസഞ്ചയമാണ്. ആയുധങ്ങളും അധികാരങ്ങളും പരാജയപ്പെട്ടിടത്ത് പേരറിയാത്ത ശില്പികളുടെ ചിറ്റുളികളും കരവിരുതും വിജയിക്കുകയാണ്.

അവശിഷ്ട ഹംപിയുടെ പ്രവേശനകവാടത്തിൽ രണ്ടു കൂറ്റൻ ശിലകളായി നിൽക്കുന്ന പഴയൊരു നാടോടിക്കഥയിലെ സഹോദരിമാർ എന്നോടു പറഞ്ഞു: “ഹംപി ശിലയായിത്തീരുന്ന മനുഷ്യസത്തകളുടെ ഇതിഹാസമാണ്. ഓരോ ശിലയും സ്പന്ദിക്കുന്നുണ്ട്. ശിലകളിൽ കാതു

ചേർത്തുനോക്കൂ. ചോരയുടെയും കണ്ണീരിന്റെയും എഴുതപ്പെടാത്ത ചരിത്രം വായിക്കാം."

പിന്നെ ഞാൻ ആയിരം നാവുള്ള ശിലാമൗനങ്ങളിൽനിന്ന് ദക്ഷിണേന്ത്യയുടെ രാഷ്ട്രീയപരാജയ ചരിത്രമായ ഹംപിയുടെ വിജയനഗര ചരിത്രം വായിച്ചു.

പതിന്നാലാം നൂറ്റാണ്ടിന്റെ ആദ്യദശകങ്ങളിലാണ് ദക്ഷിണേന്ത്യൻ രാജവംശങ്ങളെ മുച്ചൂടും തകർത്തെറിഞ്ഞ കുപ്രസിദ്ധമായ വടക്കൻ ആക്രമണപരമ്പരയുടെ തുടക്കം. അലാവുദ്ദീൻ ഖിൽജിയുടെ ജനറലായിരുന്ന മാലിക് കാഫർ എ.ഡി.1310ൽ വൻ സൈന്യസന്നാഹത്തോടെ വടക്കൻ ഡക്കാനെ ആക്രമിച്ചു. വാറംഗൽ കീഴ്പ്പെടുത്തിയ മാലിക് കാഫർ രണ്ടു വർഷത്തിനുള്ളിൽ ഡക്കാൻ പീഠഭൂമി മുഴുവൻ കൊള്ളയടിച്ചു തരിശാക്കിയിട്ടാണ് മടങ്ങിയത്. അതോടെ ദക്ഷിണേന്ത്യയിലെ പ്രബല രാജാധിപത്യമായിരുന്ന ഹോയ്സാല രാജവംശം ചരിത്രത്തിൽനിന്ന് തുടച്ചുനീക്കപ്പെട്ടു. ഡക്കാൻ പ്രവിശ്യയൊന്നാകെ അരാജകത്വത്തിലമർന്നു.

ഈ ആക്രമണങ്ങൾക്കെതിരായ പ്രതിഷേധവും പ്രതിരോധവുമാണ് വിജയനഗര സാമ്രാജ്യത്തിന് അടിത്തറയിട്ടത്. ഹോയ്സാലരുടെ തകർച്ചയ്ക്കു തൊട്ടുപിന്നാലെ എ.ഡി. 1336ൽ സംഗമപുത്രന്മാരായ ഹരിഹരനും ബുക്കനും ചേർന്നു സ്ഥാപിച്ച രാജവംശമാണ് പിന്നീട് ജനങ്ങളുടെ ഹൃദയവികാരങ്ങളിൽക്കൂടി വളർന്ന് വിജയനഗര സാമ്രാജ്യമായിത്തീർന്നത്.

ഇരുന്നൂറു വർഷത്തിലേറെക്കാലം വിജയനഗര സാമ്രാജ്യം എല്ലാ അധിനിവേശങ്ങളെയും ചെറുത്തുതോല്പിച്ച് ദക്ഷിണേന്ത്യൻ ചരിത്രത്തിൽ ഉയർന്നുനിന്നു. പോരാളികൾ മാത്രമല്ല, പ്രജാക്ഷേമതല്പരരും കലാസ്നേഹികളുമായിരുന്നു വിജയനഗരരാജാക്കന്മാർ. അവരിൽ ഏറ്റവും പ്രശസ്തൻ യുഗപ്രഭാവനായിരുന്ന കൃഷ്ണദേവരായർതന്നെ.

ലോകചരിത്രത്തിൽ ഗ്രീക്ക് നാഗരികത കഴിഞ്ഞാൽ രണ്ടാം സ്ഥാനത്തു പരിഗണിക്കേണ്ടുന്ന സ്ഥിതിയിലേക്ക് വിജയനഗരതലസ്ഥാനമായിരുന്ന ഹംപിയെ ഉയർത്തിയത് കൃഷ്ണദേവരായരാണ്. തന്റെ അധീനതയിലുള്ള പ്രദേശങ്ങൾ നിരവധി പ്രവിശ്യകളായി വിഭജിച്ച് ഓരോ പ്രവിശ്യയ്ക്കും അദ്ദേഹം പ്രാദേശിക ഗവർണർമാരെയും സ്വയംഭരണ പ്രഭുസഭകളെയും ഏർപ്പെടുത്തി. സ്വന്തമായി സൈന്യംപോലുമുണ്ടായിരുന്ന ഈ പ്രാദേശിക ഭരണകൂടങ്ങളിലൂടെ കൂടുതൽ കാര്യക്ഷമമായും ജനാധിപത്യപരമായും പ്രജാക്ഷേമം പരിപാലിച്ചു. തുംഗഭദ്രാ നദിയിൽനിന്ന് അനേക നാഴിക ദൂരത്തോളം കനാലുകൾ നിർമ്മിച്ച് കൃഷിക്ക് വിപുലമായ ജലസേചന സൗകര്യങ്ങളൊരുക്കി. പടുകൂറ്റൻ ജലസംഭരണികൾ നിർമ്മിച്ച്, നാഴികകൾ ദൈർഘ്യമുള്ള കരിങ്കൽപ്പാത്തികളിലൂടെ ഹംപി നഗരത്തിലുടനീളം ശുദ്ധജലവിതരണ സംവിധാനങ്ങളുണ്ടാക്കി.

ഹംപിയുടെ അവശിഷ്ടങ്ങളിൽ തകർക്കപ്പെട്ട നിലയിൽ ഇപ്പോഴും ജല വിതരണശൃംഖലകളും കരിങ്കൽപ്പാത്തികളും കാണാം.

കലകളെയും സാഹിത്യത്തെയും അങ്ങേയറ്റം പ്രോത്സാഹിപ്പിച്ച കൃഷ്ണദേവരായരുടെ കൊട്ടാരസദസ്സ് അക്കാലത്തെ ഏറ്റവും മികച്ച കവികളുടെയും കലാകാരന്മാരുടെയും അരങ്ങായിരുന്നു. കൃഷ്ണദേവ രായർ സ്വയമേവ ഒരു നല്ല കവിയായിരുന്നു. സംസ്കൃതത്തിലും തെലുങ്കിലും അദ്ദേഹം കാവ്യങ്ങൾ രചിച്ചിട്ടുണ്ട്.

ദക്ഷിണേന്ത്യയിലെ ശില്പികളുടെ പ്രബലവംശങ്ങൾ മുഴുവൻ കൃഷ്ണദേവരായർക്കുവേണ്ടി അഹോരാത്രം പ്രവർത്തിച്ചു. കൊട്ടാര സദസ്സിലെ അന്നത്തെ വാദ്യവൃന്ദങ്ങളും ഗാനോത്സവങ്ങളും നൃത്തനൃത്യ ങ്ങളുമാണ് ഈ ശില്പികൾ ക്ഷേത്രച്ചുമരുകളിൽ അനന്തമായി ആലേഖനം ചെയ്തിരിക്കുന്നത്. കരിങ്കല്ലിൽ കൊത്തിവെച്ച കോലടി നൃത്തം നോക്കിനിന്നാൽ ഇപ്പോഴും നൃത്തം നടക്കുന്നതുപോലുള്ള ചല നാത്മകത അനുഭവപ്പെടും. വിരൽ തൊടുമ്പോഴേ പാടുന്ന സപ്തസ്വര സ്തൂപങ്ങളും നൃത്തസഭാമണ്ഡപങ്ങളും ആയിരംകാൽ മണ്ഡപങ്ങളും ശില്പസമ്പന്നതയുടെ ഒരു മഹാകാലത്തെയാണ് അനശ്വരമാക്കിയിരി ക്കുന്നത്. ഒരു ക്ഷേത്രച്ചുമരിൽ സമ്പൂർണ രാമായണ കഥയും കൊത്തി വെയ്ക്കപ്പെട്ടിരിക്കുന്നു. ഹംപിയിലെ ക്ഷേത്രങ്ങളിൽ കാണുന്ന ശില്പ വിദ്യകളിൽ ദക്ഷിണേന്ത്യയിലെ എല്ലാവിധ പാരമ്പര്യങ്ങളിലുംപെട്ട ശില്പശൈലികളുണ്ട്. ശില്പകലാ വിദ്യാർത്ഥികൾക്ക് അത്യപൂർവ്വവും അതിസമ്പന്നവുമായ ഒരു പാഠശാലയാണ് ഹംപി.

കരിങ്കല്ലാണ് ഹംപിയിലെ എല്ലാ ശില്പങ്ങളുടെ നിർമ്മിതികളുടെയും പ്രധാന മാധ്യമം. കരിങ്കൽപ്പാറകളുടെ ഒരു മഹാപ്രപഞ്ചമാണ് ഹംപി യുടെ പ്രകൃതി. എല്ലാ ജനുസ്സിലുംപെട്ട കൃഷ്ണശിലകൾ ഇവിടെ സുലഭ മായതുകൊണ്ടാവണം ഹംപി ഒരു സമ്പൂർണ ശിലാശില്പനഗരമായത്. ഇഷ്ടികയിലും മറ്റും നിർമ്മിക്കപ്പെട്ട സൗധങ്ങളെല്ലാം പൂർണമായും തകർക്കപ്പെട്ടു. അപൂർവസുന്ദരമായ 'താമരക്കൊട്ടാരം' മാത്രം അക്കൂട്ട ത്തിൽ ബാക്കിയുണ്ട്. വെണ്ണിലാവുകൊണ്ട് വെൺകളിമെഴുകിയതു പോലെ തിളങ്ങിനിൽക്കുന്ന 'താമരക്കൊട്ടാരം' അത്യപൂർവമായ ഹംപി യൻ സൗധനിർമ്മാണ കലയുടെ സ്മാരകമാണ്. അന്നത്തെ കാലത്തെ നാട്ടറിവുകളുപയോഗിച്ച് ചുമരുകൾക്കുള്ളിലൂടെ നിരന്തരം ജലം പ്രവഹി പ്പിച്ച് ഈ കൊട്ടാരത്തിൽ മിതശീതോഷ്ണസംവിധാനം ഏർപ്പെടുത്തി യിരുന്നുവത്രെ.

വിജയനഗര രാജാക്കന്മാരുടെ കുലദൈവമായ വിരൂപാക്ഷന്റെ ബൃഹദ്ക്ഷേത്രത്തിന് പക്ഷേ അവരുടെ കാലത്തേക്കാളെത്രയോ നൂറ്റാണ്ടുകളുടെ പഴക്കമുണ്ട്. ക്ഷേത്രം ഏതു രാജവംശം നിർമ്മിച്ച താണെന്നു തിട്ടമില്ലെങ്കിലും സ്തൂപങ്ങളിലും മണ്ഡപങ്ങളിലും കാണുന്ന ശില്പരചനകളിൽ ഹോയ്സാല ശൈലിയുടെ പ്രബലമായ സ്വാധീനമുണ്ട്.

നരസിംഹക്ഷേത്രത്തിൽ കാണുന്ന ഒറ്റക്കരിങ്കല്ലിൽ കൊത്തിയ പടു കൂറ്റൻ നരസിംഹശില്പം ലോകശില്പകലയിലെ അദ്ഭുതങ്ങളി ലൊന്നാണ്. കൃഷ്ണദേവരായരാണത്രെ ഈ ശില്പം പണിതീർപ്പിച്ചത്. ലക്ഷ്മീസമേതനായിരുന്ന നരസിംഹമൂർത്തിയുടെ വലംകൈയും ലക്ഷ്മീ ശില്പവും ഏതോ ആക്രമണങ്ങളിൽ തകർന്നുപോയി. നരസിംഹമൂർത്തി ക്ഷേത്രത്തിനു തൊട്ട് തകർക്കപ്പെട്ട നിലയിൽക്കാണുന്ന ശിവക്ഷേത്ര ത്തിൽ തിളങ്ങുന്ന ശിലയിൽ പണിതീർക്കപ്പെട്ട ഒരു വലിയ ശിവലിംഗവും കാണാം.

പതിനഞ്ചാനകളെ ഒരുമിച്ചു പാർപ്പിക്കാവുന്ന മനോഹരമായ ആന ക്കൊട്ടാരവും പരിചാരകമന്ദിരവും വലിയകേടുപാടു കൂടാതെ ബാക്കി നിൽക്കുന്നുണ്ട്. പാതിയും തകർക്കപ്പെട്ടിട്ടും ഉയർന്നുതന്നെ നിൽക്കുന്ന പടുകൂറ്റൻ കോട്ടമതിലുകൾ നശീകരണകാലത്തിന്റെ മുറിവുകൾ നെഞ്ചി ലേറ്റിയാണ് നിലകൊള്ളുന്നത്.

എ.ഡി. 1530-ൽ കൃഷ്ണദേവരായർ ദിവംഗതനായതോടു കൂടിത്തന്നെ വിജയനഗരസാമ്രാജ്യത്തിന്റെ അസ്തമനം തുടങ്ങി. തൊട്ടടുത്ത വർഷം ബീജാപ്പൂർ സുൽത്താൻ ഇസ്മായിൽ ഷാ വിജയനഗരത്തെ ആക്രമിച്ച് റെയ്ച്ചൂർ കീഴടക്കി. കൃഷ്ണദേവരായരുടെ അർധസഹോദരൻ അച്യുത രായർ എ.ഡി. 1535ൽ ഇസ്മായിൽ ഷായുടെ പിന്തുടർച്ചാവകാശിയായി രുന്ന ഇബ്രാഹിം ഷായുമായി ഒരു സഖ്യത്തിനു ശ്രമിച്ചെങ്കിലും രാജാ വിനേക്കാൾ ദേശഭക്തിയുണ്ടായിരുന്ന പ്രഭുസഭകളും ഗവർണർമാരും അതിനു സമ്മതിച്ചില്ല. അത് ചില ആഭ്യന്തരശൈഥില്യങ്ങൾക്കു വഴി വെച്ചു. ആക്രമണങ്ങൾ അതോടെ ശക്തിപ്പെടുകയും ചെയ്തു.

എ.ഡി. 1565ൽ മുഹമ്മദീയ രാജാക്കന്മാർ സംയുക്തമായി നടത്തിയ ഒരു മുന്നേറ്റത്തെ തുടർന്നുണ്ടായ പ്രസിദ്ധമായ തളിക്കോട്ട യുദ്ധത്തിൽ വിജയനഗര രാജവംശം പൂർണമായും അടിയറവു പറഞ്ഞു.

വിദേശസഞ്ചാരിയായ റോബെർട്ട് സ്വീവെൽ എഴുതുന്നു: "വിജയി കൾ തലസ്ഥാനത്തേക്കു പ്രവേശിച്ചത് തീയും മഴുവും കമ്പിപ്പാരയും പിക്കാസുകളുമേന്തിക്കൊണ്ടായിരുന്നു. വിജയിച്ചതിന്റെ മൂന്നുനാൾതൊട്ട് അഞ്ചുമാസക്കാലം ആയിരക്കണക്കിനു സൈനികർ ഇടതടവില്ലാതെ ഹംപി നഗരം തകർക്കുന്ന പ്രവർത്തനം തുടർന്നു. ലോകചരിത്രത്തിലെ വിടെയും ഇങ്ങനെയൊന്നുണ്ടായിട്ടില്ല. പിടിച്ചടക്കിയ മനോഹരമായ ഒരു നഗരത്തെ ഇത്രയും കുറഞ്ഞ കാലംകൊണ്ട് തകർത്തു തരിപ്പണമാ ക്കുന്ന ദുരന്തം" (A Forgotten Empire, Page 208)

അതെ. ഹംപി മാനവചരിത്രത്തിലെ ഒരു വിശിഷ്ട ദുരന്തമാണ്.

മനുഷ്യൻ സൃഷ്ടിക്കുന്ന സംസ്കാരങ്ങളത്രയും മനുഷ്യൻതന്നെ തകർക്കുന്ന വിചിത്രവൈരുധ്യം.

കടത്തനാടിന്റെ കാലസംഗീതം

കാലത്തെ ജയിച്ച ഗോത്രവീര്യങ്ങളുടെ കളരിനിലങ്ങൾ തേടിയാണ് കുറച്ചുദിവസം കടത്തനാട്ടിലെ ഗ്രാമങ്ങളിൽ യാത്ര ചെയ്തത്.

നേരു പാടിനടന്ന പഴമ്പാണന്റെ കഴുത്തരിഞ്ഞപ്പോൾ അറ്റുവീണ ശിരസ്സ് പിന്നെയും നെറികേടിനെതിരേ പാടിക്കൊണ്ടിരുന്നുവെന്നാണല്ലോ കടത്തനാടൻ പഴമ. നാടോടിക്കവിയുടെ ഈ പൊള്ളുന്ന സത്യത്തിലൂടെ കടന്നുപോകുമ്പോൾ ഒരു ജനതയുടെ സ്വത്വാഭിമാനത്തിന്റെ അവസാനത്തെ പിടച്ചിലാണ് തൊട്ടറിയുന്നത്.

മരിക്കാത്ത പാട്ടിന്റെ കുനിയാത്ത ശിരസ്സുമായി മലയാണ്മയുടെ തനതായ വാമൊഴിക്കരുത്ത് ഇവിടെ ഇപ്പോഴും ബാക്കിനിൽക്കുന്നുണ്ട്. ആസൂത്രിതമായ പുത്തൻ സാംസ്കാരികാധിനിവേശങ്ങൾ പ്രാദേശിക സംസ്ക്കാര സമൂഹങ്ങളെ മുഴുവൻ വിസ്മൃതിയുടെ പാതാളങ്ങളിലേക്ക് ചവിട്ടിത്താഴ്ത്തിക്കൊണ്ടിരിക്കുമ്പോഴും ഭാഷയുടെ ഈ നാട്ടുവെളിച്ചങ്ങൾ മരിക്കാൻ കൂട്ടാക്കുന്നില്ല.

കടത്തനാട്ടുമണ്ണിൽ കാതുചേർത്തുവച്ചാൽ കേൾക്കാം; പാട്ടുകാരുടെ പഴയ സമൂഹങ്ങൾ ചരിത്രത്തിന്റെ പിൻതളങ്ങളിലിരുന്ന് പാടിക്കൊണ്ടിരിക്കുന്ന പാട്ടുകൾ. ജീവനുള്ള ഓർമ്മകളിൽനിന്ന് സ്വപ്നമുണർന്ന സ്വന്തം ഭാഷയിൽ തലമുറകൾ സന്തതം നെഞ്ചേറ്റിലാളിച്ച മണ്ണിന്റെ പാട്ടുകൾ.

കർഷകനിലങ്ങളിൽ ഞാറ്റുപാട്ടായും നാട്ടുകാവുകളിൽ തോറ്റംപാട്ടായും യുഗപരിവർത്തനത്തിന്റെ പോർനിലങ്ങളിൽ മാറ്റംപാട്ടായും അവ എന്നും മലനാട്ടുമണ്ണിലെ പണിയാള സമൂഹങ്ങൾക്ക് തുണനിന്നു. ഓണം വന്നാലും ഉണ്ണി പിറന്നാലും കല്യാണം വന്നാലും കാവിൽ കൊടിയേറിയാലും വിത്തു വിതച്ചാലും വിള കൊയ്തെടുത്താലും അവർ പാട്ടുകൊണ്ടുത്സവമാടി.

പാടിപ്പാടി പാട്ടുകൾ വലുതായി. നാടോടിവഴക്കങ്ങളുടെ വാമൊഴിച്ചന്തങ്ങളായി ഹൃദയങ്ങളിൽനിന്നു ഹൃദയങ്ങളിലേക്ക് പടർന്നൊഴുകി.

കേട്ടുപഠിച്ചും പാടിനീട്ടിയും നടപ്പായിത്തീർന്ന പാട്ടുകൾ അങ്ങനെയാണ് വടക്കൻപാട്ടുകളെന്ന പേരിൽ നമുക്ക് സ്വന്തം വേദമായിത്തീർന്നത്.

എഴുതപ്പെട്ട സംസ്ക്കാര ചരിത്രങ്ങളുടെ പരിമിത വിജ്ഞാനങ്ങൾക്കപ്പുറത്തേക്ക് അലിഖിതങ്ങളായ വാങ്മൂലസംസ്ക്കാരങ്ങളുടെ മഹാപാരമ്പര്യങ്ങൾ തേടിപ്പോവുമ്പോൾ വടക്കൻപാട്ടുകൾ നമുക്ക് വഴിയും വഴികാട്ടിയുമായിത്തീരും.

ആധുനിക നാടോടിവിജ്ഞാനീയത്തെ സംബന്ധിക്കുന്ന നവീനമായ അന്വേഷണങ്ങൾ ഇത്തരം പാട്ടുകളെ വിലപ്പെട്ട ഗവേഷണോപാധികളായി സ്വീകരിക്കുന്നുണ്ട്. സമൂഹവിജ്ഞാനത്തേയും സാംസ്കാരിക നരവംശ ശാസ്ത്രത്തേയും സംബന്ധിച്ചുള്ള ആഴമേറിയ പഠനങ്ങളിലേക്ക് ഇവ വഴിതുറക്കുന്നു. കേരളീയ സമൂഹത്തെപ്പോലെ ഒരു നൂറ്റാണ്ടിനു പിറകിലേക്ക് രേഖപ്പെടുത്തിവച്ച ആധികാരിക ചരിത്രമില്ലാത്ത ജനതയ്ക്ക് നാടോടി സാഹിത്യം ചരിത്രവിജ്ഞാനത്തിന്റെ രേഖകൂടിയായിത്തീരും.

എന്നാൽ ഈ വക വിഷയങ്ങളിൽ ഗൗരവമേറിയ അന്വേഷണങ്ങൾ വളരെയൊന്നും നമ്മുടെ ഭാഷയിലുണ്ടായിട്ടില്ല. നമ്മുടെ മറ്റെല്ലാ വിജ്ഞാനങ്ങളിലുമെന്നപോലെ ഈ വിഷയത്തിലും ആദ്യം അന്വേഷണം നടത്തിയവർ വിദേശികളായിരുന്നുവല്ലോ.

ഗുണ്ടർട്ട്, ഡയസ്, വില്യം ലോഗൻ, പേഴ്സി മക്വീൻ തുടങ്ങിയ വിദേശികൾ കഴിഞ്ഞ നൂറ്റാണ്ടിന്റെ ഉത്തരാർദ്ധം മുതൽക്കുതന്നെ മലയാളത്തിലെ നാടോടിപ്പാട്ടുകളും കഥകളും പഴഞ്ചൊല്ലുകളും ശേഖരിക്കുവാൻ ശ്രമം നടത്തിയിരുന്നു. ഗുണ്ടർട്ടും ഡയസും ശേഖരിച്ച ഒട്ടേറെ നാടോടി വാങ്മയങ്ങൾ പിൽക്കാലത്ത് നഷ്ടപ്പെട്ടുപോയി. ഗുണ്ടർട്ടിന്റേതെന്നു പറഞ്ഞ് കണ്ടെടുക്കപ്പെട്ട കൈയെഴുത്തുപ്രതിയുടെ വിശ്വാസ്യത ഉറപ്പുവരുത്താൻ കഴിഞ്ഞിട്ടില്ലെന്നും ചരിത്രകാരന്മാർ പറയുന്നു. എന്നാൽ വില്യം ലോഗൻ തന്റെ മലബാർ മാന്വലിൽ മലബാറിലെ നാടോടിപ്പാട്ടു പാരമ്പര്യങ്ങളെപ്പറ്റി വിസ്തരിച്ചുതന്നെ പ്രതിപാദിക്കുന്നുണ്ട്. തച്ചോളി ഒതേനൻ പൊന്നിയം പടയ്ക്കുപോയ പാട്ടുകഥ ഏതാണ്ട് മുഴുവനായി ഇംഗ്ലീഷിലേക്കു പരിഭാഷപ്പെടുത്തി ചേർത്തിയിട്ടുമുണ്ട്. നമുക്കു ലഭിച്ചിടത്തോളം വച്ച് ഏറ്റവും പഴയ, അച്ചടിച്ച വടക്കൻപാട്ട് രേഖയും ഇതുതന്നെയായിരിക്കണം.

എന്നാൽ ഇന്ന് വടക്കൻ പാട്ടുകളെന്ന പേരിൽ പ്രചാരത്തിലുള്ള വിപുലമായ പാട്ടുശേഖരത്തിന്റെ ആദ്യ സമ്പാദകൻ പേഴ്സി മക്വീൻ ആണെന്നു കരുതപ്പെടുന്നു. ഇരുപതാം നൂറ്റാണ്ടിന്റെ ആദ്യ ദശകങ്ങളിൽ അടിയേരി കുഞ്ഞിരാമൻ എന്നൊരാളുടെ സഹായത്തോടെ മലബാറിൽ മുഴുവൻ സഞ്ചരിച്ച് പേഴ്സി മക്വീൻ നൂറോളം നാടോടിപ്പാട്ടുകൾ ശേഖരിച്ചു. അവയിൽ പ്രധാനപ്പെട്ടവ വടക്കൻപാട്ടുകളായിരുന്നു.

പിന്നീട് 1935-ൽ ഈ പാട്ടുകളിൽ കുറെ എണ്ണം Ballads of North Malabar എന്ന പേരിൽ ഡോ.ചേലനാട്ട് അച്യുതമേനോൻ മദിരാശി സർവ്വകലാശാലയിൽനിന്നു പ്രസിദ്ധപ്പെടുത്തി. അച്യുതമേനോന്റേയും ഡോ. എസ്.കെ.നായരുടേയും ശ്രമഫലമായി കുറെ പുതിയ വടക്കൻ പാട്ടുകൾ കൂടി വെളിച്ചത്തുവന്നു. വടക്കൻപാട്ടുകളുടെ മൊത്തം മൂന്നു വോള്യങ്ങളാണ് മദിരാശി സർവ്വകലാശാല പുറത്തിറക്കിയത്. ഈ ശേഖരങ്ങൾക്ക് ആമുഖമായി അച്യുതമേനോൻ എഴുതിച്ചേർത്ത സുദീർഘമായ പഠനം വളരെയേറെ അന്വേഷിച്ചു പിന്തുടർന്നുപോകേണ്ടുന്ന ഒരു സാംസ്കാരിക പഠനസാധ്യതയായിരുന്നു. ചിറയ്ക്കൽ ടി.ബാലകൃഷ്ണൻനായരും എം.സി. അപ്പുണ്ണിനമ്പ്യാരും കൃഷ്ണൻ പയ്യേരിയും ടി.എച്ച്. കുഞ്ഞിരാമൻ നമ്പ്യാരുമൊക്കെ പിന്നെയും പുതിയ വടക്കൻ പാട്ടുകൾ അച്ചടിയിലെത്തിച്ചുവെങ്കിലും അച്യുതമേനോന്റെ ഗവേഷണ പാതയിൽ സഞ്ചരിക്കാൻ പിൽക്കാലത്ത് വളരെയൊന്നും ആളുകളുണ്ടായില്ല. എന്നുമാത്രമല്ല അപകടകരമായ മറ്റൊരു വഴിയിലേക്ക് വടക്കൻ പാട്ടു ഗവേഷണം വഴിതിരിക്കപ്പെടുകയും ചെയ്തു.

വടക്കൻപാട്ടുകളുടെ വിപണനസാധ്യത മനസ്സിലാക്കിയ പ്രസാധകന്മാർ ചന്തപ്പുസ്തകങ്ങൾപോലെ പാട്ടുപുസ്തകങ്ങൾ പുറത്തിറക്കാൻ തുടങ്ങി. യാതൊരന്വേഷണ കൗതുകവുമില്ലാതെ ഇരുപത്തിനാലു വടക്കൻപാട്ടുകൾ മാത്രം തിരിച്ചും മറിച്ചും വച്ച്, അനന്തമായ അച്ചടിത്തെറ്റുകളും തോന്നിയതുപോലുള്ള പടങ്ങളുമായി പുറത്തിറങ്ങിയ ഈ വഴിവാണിഭപ്പുസ്തകങ്ങളുടെ ചുവടുപിടിച്ചാണ് പിൽക്കാലത്ത് ജനപ്രിയ വടക്കൻപാട്ടു സിനിമകളുണ്ടായത്.

യാതൊരു തത്ത്വദീക്ഷയുമില്ലാത്ത എഴുത്തുകാർ കച്ചവടസാധ്യത മാത്രം മുന്നിൽക്കണ്ട് പടച്ചുവിട്ട 'സ്വന്തം' വടക്കൻപാട്ടുകഥകൾ സിനിമയിലൂടെ വിപുലമായ ജനസമ്മതി നേടി. തച്ചോളി ഒതേനനും ആരോമൽച്ചേകവരും അവരുടെ മക്കളും മരുമക്കളും ബന്ധുക്കളുമൊക്കെയായി മൂന്നുനാലു തലമുറകളുടെ വീരകഥകൾ വടക്കൻപാട്ടു സിനിമാചരിത്രമായി. സിൽക്ക്കുപ്പായവും ഗിൽറ്റു കിരീടവും വച്ച രാജാപ്പാർട്ടു നായകന്മാരായി ഒതേനനും കോമനും ആരോമൽച്ചേകവരും തിരശ്ശീലയിൽ അങ്കംവെട്ടി. (ഗവേഷണ കൗതുകത്തിന്റെ മൗലികസൗന്ദര്യം പ്രകാശിപ്പിച്ച 'വടക്കൻവീരഗാഥ' പോലുള്ള അപൂർവ്വം സിനിമകളെ മറക്കുന്നില്ല.)

പാടത്തും പറമ്പിലും പണിയാളർ പാടിനടന്ന പഴയ പാട്ടുകൾക്ക് സിനിമയിലൂടെ പോപ്പുലർ ഈണങ്ങളും താളങ്ങളും കൈവന്നു. അതിനിടയിലെവിടെയോ വടക്കൻപാട്ടു പാരമ്പര്യത്തിന്റെ തനിമയും ശുദ്ധിയും സൗന്ദര്യവും തിരിച്ചറിയാനാവാത്തവിധം നഷ്ടമായിത്തീരുകയും ചെയ്തു.

നമ്മുടെ വിലപ്പെട്ടൊരു സംസ്കാരധാരയുടെ ശക്തിയും സൗന്ദര്യവുമാണ് കച്ചവടത്തിന്റെ വഴിയിൽ അങ്ങനെ അനാഥമായിപ്പോയത്.

അജ്ഞാതരായ ജനകീയ കവികളുടെ സൃഷ്ടികളായ വടക്കൻപാട്ടുകൾ അവയുണ്ടായ കാലത്തിന്റെ കണ്ണാടികളാണെന്ന് കെ.കെ.എൻ. കുറുപ്പിനെപ്പോലെയുള്ള ചരിത്രകാരന്മാർ അഭിപ്രായപ്പെട്ടിട്ടുണ്ട്. ഒരു ഫ്യൂഡൽ കാലഘട്ടത്തിൽ സർവ്വത്ര നിലനിന്നിരുന്ന അരക്ഷിതാവസ്ഥ ഈ പാട്ടുകളിൽനിന്ന് വായിച്ചെടുക്കാം. സാമൂഹിക പരിതഃസ്ഥിതികളുടെ നിർബന്ധംകൊണ്ട്, മറ്റുള്ളവരുടെ അവകാശത്തർക്കങ്ങൾക്കുവേണ്ടി അങ്കംവെട്ടി മരിക്കാൻ വിധിക്കപ്പെട്ട പടയാളികളെ നാമവിടെ കാണുന്നു. പൊന്നിനുവേണ്ടി ഭർത്താവിനെ ഒറ്റിക്കൊടുക്കുന്ന സ്ത്രീകളെ കാണുന്നു. അങ്കങ്ങളിൽ ചതിയും കാപട്യവും സ്വീകരിച്ചിരുന്നതായി കാണുന്നു.

സാമൂഹികമായ ഇത്തരം അനീതികൾ വരച്ചുകാണിക്കുകയും അവയോട് സർഗാത്മകമായി കലഹിക്കുകയുമാണ് വടക്കൻപാട്ടു കവികൾ ചെയ്തത്. കുലത്തിൽ താഴ്ന്നവരായ കലാകാരന്മാരും കവികളും ചേർന്ന് സമ്മിശ്രവികാരങ്ങളുടെ സൗന്ദര്യം ചേർന്ന ഒരു നാടോടി സംസ്കൃതിയുടെ ചെറുത്തുനില്പാണ് പാട്ടിലൂടെ സൃഷ്ടിച്ചെടുത്തത്.

വടക്കേ മലബാറിനെ ഒരു സവിശേഷ നാടോടി സംസ്ക്കാരമേഖലയായി നിരീക്ഷിച്ചുകൊണ്ട് പ്രശസ്ത ചരിത്രകാരനായ എം.ആർ. രാഘവവാരിയർ നടത്തിയ ചില പഠനങ്ങളിൽ ഈ സംസ്ക്കാരത്തിന്റെ ചരിത്രപരമായ പ്രാധാന്യം എടുത്തുകാട്ടുന്നുണ്ട്.

കേരളത്തെ സംസ്ക്കൃതവൽക്കരിച്ചെടുത്ത ആര്യാധിവേശങ്ങളുടെ ചരിത്രകാലം വടക്കേ മലബാറിനെ പൂർണമായും സ്പർശിച്ചില്ല എന്നതാണ് അതിലെ പ്രധാനപ്പെട്ട നിരീക്ഷണം. പരശുരാമൻ കേരളത്തിൽ നമ്പൂതിരിമാരെ കൊണ്ടുവന്നു കുടിപാർപ്പിച്ച സ്ഥലങ്ങളെന്ന് ഐതിഹ്യപ്രസിദ്ധമായ അറുപത്തിനാലു ഗ്രാമങ്ങളിൽ രണ്ടെണ്ണം മാത്രമേ വടക്കേ മലബാറിലുള്ളൂ. പയ്യന്നൂരും തളിപ്പറമ്പും. എന്നാൽ ശുകപുരത്തേയോ പന്നിയൂരിനേയോ പെരുമനത്തേയോ പോലെ കേരള സംസ്ക്കാരത്തിനു മേൽ വരേണ്യാധിപത്യം സ്ഥാപിക്കാൻപോന്ന അധീശശക്തികളായി ഈ നമ്പൂതിരി ഗ്രാമങ്ങൾ എന്തുകൊണ്ടോ വളർന്നില്ല. ഭൂവിജ്ഞാനീയത്തിന്റെ അടിസ്ഥാനത്തിൽ ചിന്തിച്ചാൽ കൃഷിക്ക് വളരെയൊന്നും ഉപയുക്തമല്ലാത്ത ഇവിടുത്തെ പൂഴിനാടുകൾ നമ്പൂതിരിമാരെ ആകർഷിക്കാതിരുന്നതാവാം കാരണം. കാർഷിക സമ്പൽസമൃദ്ധിയുള്ള നദീതടങ്ങളിലെ ഭൂസ്വത്തുക്കളെ അടിസ്ഥാനമാക്കിയാണല്ലോ മധ്യകാല നമ്പൂതിരി കേന്ദ്രങ്ങൾ ബ്രഹ്മസ്വ സർവ്വാധിപത്യം സ്ഥാപിച്ചത്.

ഭൂമിശാസ്ത്രപരവും ചരിത്രപരവുമായ ഏതൊക്കെയോ കാരണങ്ങളാൽ ഈവിധം ബ്രാഹ്മണാധിനിവേശങ്ങളിൽ നിന്നൊഴിവാക്കപ്പെട്ട വടക്കേ മലബാറിലെ പഴയ നാടുകൾ അങ്ങനെ കേരളത്തനിമയുള്ള പ്രാക്തന സംസ്ക്കാരങ്ങളുടെ ഒരവശിഷ്ട മേഖലയായി.

സ്വന്തമായ രാജ്യരക്ഷാ സംവിധാനങ്ങളും തനതു സംസ്കൃതിയും ഉള്ള സ്വതന്ത്ര സ്വരൂപങ്ങളായിരുന്നുവല്ലോ അന്നത്തെ നാട്ടുരാജ്യങ്ങൾ. കേരള ചരിത്രത്തെയും സംസ്ക്കാരത്തെയും സൂക്ഷ്മമായി പഠിക്കുവാൻ തുടങ്ങുമ്പോൾ ഈ നാട്ടുരാജ്യങ്ങളെ അടിസ്ഥാനയൂണിറ്റുകളായി പരിഗണിക്കേണ്ടതുണ്ട്. സംസ്കൃതഭാഷയുടെയോ അലങ്കാര ശാസ്ത്രങ്ങളുടെയോ സ്വാധീനം തരിമ്പുമില്ലാത്ത വടക്കൻപാട്ടുകൾ മലയാളത്തിന്റെ ശുദ്ധസൗന്ദര്യം സൂക്ഷിക്കാനിടയായ സാഹചര്യങ്ങളെ ഈ വിധത്തിൽ തന്നെ വേണം സമീപിക്കുവാൻ.

വടക്കൻപാട്ടുകൾ മാത്രമല്ല; തെയ്യം, തിറ, പൂരക്കളി, മുടിയേറ്റ് തുടങ്ങിയ ഒട്ടുവളരെ നാടോടിക്കലാരൂപങ്ങളും തീവ്രമായൊരു സ്വാഭിമാനബോധവും ഈ വടക്കൻ സംസ്ക്കാരമേഖലയുടെ സവിശേഷതകളാണ്. ജീവിതത്തിന്റെ സമസ്ത മേഖലകളിലും 'സ്വന്ത'മെന്ന ഊറ്റവും അഭിമാനവും പുലർത്തുന്ന ഒരു ജനവിഭാഗത്തെയും നാമിവിടെ കാണുന്നു. സ്വന്തം കുലമഹിമയോടും 'കടത്തനാടെ'ന്ന ഇത്തിരിവട്ടം മണ്ണിനോടും മാത്രം കൂറുകാണിച്ച് ഒരുതരം സങ്കുചിത ദേശാഭിമാനത്തിന്റെ വീറു പുലർത്തിയിരുന്നവരാണല്ലോ ഒതേനനെപ്പോലുള്ള നാടൻ പോരാളികൾ. കടത്തനാട്ടുകാരെ സംബന്ധിച്ച് അന്ന് കോരപ്പുഴയ്ക്കു തെക്ക് വിദേശമായിരുന്നു. സ്ത്രീകൾ കോരപ്പുഴ കടന്നുപോയാലും പുരുഷന്മാർ സമുദ്രസഞ്ചാരം ചെയ്താലും ഭ്രഷ്ടു കല്പിച്ചിരുന്ന സാമൂഹികനീതിയും നിലനിന്നിരുന്നു.

ഇന്ന് ആ വക വസ്തുക്കളെയെല്ലാം ഒരുതരം വിവരമില്ലായ്മയുടെ സങ്കുചിതത്വമായി കാണാൻ മാത്രം നാം വളർന്നിരിക്കുന്നു. അവയിലെ തീവ്രവാദം മാറ്റിനിർത്തിയാൽത്തെളിയുന്ന സ്വത്വബോധത്തിന്റെ പ്രതിരോധവാസന ആ വളർച്ചയിൽ നമുക്കു പൂർണമായും കൈമോശം വന്നുപോവുകയും ചെയ്തിരിക്കുന്നു.

തീർത്തും മൂല്യരഹിതമായ ഒരാഗോളവാണിജ്യ സംസ്ക്കൃതിയുടെ വേഗങ്ങളേറ്റുവാങ്ങിക്കൊണ്ട് ജനിക്കുമ്പോഴേ വിശ്വപൗരനാവാൻ തത്രപ്പെടുന്ന മലയാളി സ്വന്തം ഭാഷയേയും സംസ്ക്കാരത്തേയും തള്ളിപ്പറയുന്നതാണല്ലോ നാമിന്ന് നിരന്തരം കാണുന്നത്. ശിശുസഹജമായ സത്യസന്ധതയോടെയും ശാഠ്യത്തോടെയും പണ്ടു നാം പുലർത്തിയിരുന്ന ഗോത്രാഭിമാനങ്ങളെ, ഉൽപ്പതിഷ്ണുത്വത്തിന്റെ അങ്ങേയറ്റത്തേക്കു വളർന്ന് നാമിന്ന് പാടേ നിരാകരിച്ചിരിക്കുന്നു. അന്തർദ്ദേശീയ ടെലിവിഷൻ ശൃംഖലകളുടെ എണ്ണിയാൽത്തീരാത്ത ചാനലുകൾക്കു മുമ്പിൽ പുതിയ റോബോട്ട് ഹീറോകളെ കാത്തിരിക്കുന്ന നമ്മുടെ കുട്ടികൾക്ക് ഒതേനന്റേയും കോമന്റേയും കാലം കേട്ടുകേൾവിപോലുമെത്താത്ത ഭൂതകാലമായിത്തീർന്നിരിക്കുന്നു.

നമ്മുടെ സ്മൃതിപരമ്പരകളുടെ ജൈവപരമായ തുടർച്ച മുറിയുക യാണ്. "ഞങ്ങൾ ഓർക്കുന്നു. അതുകൊണ്ട് ഞങ്ങൾ ഉണ്ട്" എന്ന് ഉറക്കെ വിളിച്ചുപറയേണ്ട ചരിത്രസന്ധികളിൽ ഈ പ്രാദേശിക ജനവിഭാഗ ത്തിന്റെ ഓർമ്മകളുടെ മിടിപ്പ് താഴുന്നു.

ഇത് വരാനിരിക്കുന്നൊരു മഹാവിപത്തിന്റെ സൂക്ഷ്മമായ സൂചനയും മുന്നറിയിപ്പുമാണ്. ദുരന്തസൂചനകൾ മുൻകൂട്ടി അറിയുന്ന പക്ഷികളെ പ്പോലെ. അപ്പോൾ സാംസ്ക്കാരിക തീർത്ഥാടകർക്ക് ബാക്കിനിൽക്കുന്ന ഓർമ്മകളുടെ ഇത്തിരിപ്പച്ചകളിലേക്ക് പിന്നെയും പിന്നെയും പറന്നു ചെല്ലേണ്ടിവരുന്നു. അധിനിവേശങ്ങളുടെ പ്രളയവേഗങ്ങളിൽ കടലെ ടുത്തുപൊയ്ക്കൊണ്ടിരിക്കുന്ന ചെറിയ ചെറിയ സംസ്ക്കാരഭൂമികൾക്ക് അവ ചെറുത്തുനില്പിന്റെ ഒടുക്കത്തെ ജൈവചര്യയുമാണ്.

അങ്ങനെ അശാന്തവും ആശങ്കാകുലവുമായിത്തീരുന്ന സത്വാ ന്വേഷണ തീർത്ഥയാത്രകളിലൊന്നിലാണ് ഞാൻ കടത്തനാട്ടിലെത്തി ച്ചേരുന്നത്.

കോരപ്പുഴയ്ക്കും മയ്യഴിപ്പുഴയ്ക്കുമിടയിലുള്ള ഇത്തിരിവട്ടം മണ്ണിൽ ഈ പഴയ നാട്ടുരാജ്യം അപ്പോൾ നാടോടിക്കഥയുടെ നിലാവും സംഗീതവു മണിഞ്ഞുകിടന്നു. അച്ചടിമഷിയുടെ കളങ്കം പുരളാത്ത വാക്കും യന്ത്ര വേഗങ്ങൾ കീഴ്പ്പെടുത്താത്ത പാട്ടുമായി വഴിയോരങ്ങളിൽ നാട്ടുചന്ത ങ്ങൾ പുഷ്പിച്ചു. ഗോത്രസ്മരണകളുടെ വീര്യം ബാക്കിവച്ച ആ നാട്ടു വെളിച്ചത്തിന്റെ വഴിയിൽ പുതിയ തിരിച്ചറിവുകൾ തേടി ഞാൻ നടന്നു.

ലോകനാർ കാവുവട്ടത്തുവെച്ച് അകവളപ്പിൽ കൃഷ്ണേട്ടനെ കിട്ടി. എഴുത്തും വായനയും അറിയില്ലെങ്കിലും വടക്കേ മലബാറിൽ നടപ്പുള്ള തച്ചോളിപ്പാട്ടുകളത്രയും ഹൃദിസ്ഥമാക്കിയ ആളാണ് കിണറുപണി ക്കാരനായ കൃഷ്ണേട്ടൻ. (വടക്കൻപാട്ടുകളിൽ തച്ചോളിപ്പാട്ടുകളെന്നും പുത്തൂരം പാട്ടുകളെന്നും രണ്ടുവക പാട്ടുകളുണ്ട്.) നാടോടിത്തനിമയിൽ ആ പാട്ടുകൾ പാടിക്കേൾക്കാൻ കൊതിച്ചാണ് ഞാൻ കൃഷ്ണേട്ടനെ ക്കൊണ്ട് നിർബന്ധിച്ച് പാടിക്കാൻ ശ്രമിച്ചത്. പക്ഷേ, കൃഷ്ണേട്ടൻ കൂട്ടാക്കിയില്ല.

"അങ്ങനെ ഒറ്റയ്ക്കൊന്നും പാടിയാൽ നേര്യാവൂല. താളം പിടിക്കാ നൊക്കെ ആളുവേണം."

ഒടുവിൽ ഞാനും സുഹൃത്ത് കണ്ണനും താളം പിടിച്ചുകൊള്ളാമെന്ന കരാറിൽ വീട്ടുമുറ്റത്തെ കിണറ്റുവല്ലത്തിന്മേലിരുന്നുതന്നെ കൃഷ്ണേട്ടൻ പതുക്കെ പാടിത്തുടങ്ങി. ഓരോ വരിയും ഇടഞ്ഞുതുടങ്ങി, 'സമ'ത്തിൽ നിർത്തുന്ന നാടോടിത്താളത്തിൽ.

"തച്ചോള്യല്ലോമനക്കുഞ്ഞ്യാതേനൻ
ആചാരത്തോടെയടക്കത്തോടെ

ചിത്രത്തൂണുമൊളിമറഞ്ഞു
മോതിരക്കയ്യാലെ വായും പൊത്തി
ഏട്ടനോടല്ലേ പറയുന്നത്
ലോകനാർകാവിലെ ഭഗവതിക്ക്
കാവൂട്ടും വേലയടുത്തുപോയി
കിഴക്കേനട നൽ തിരുമുമ്പിലും
പന്തൽപ്പണി കുറ്റം തീരവേണം..."

പതുക്കെപ്പതുക്കെ കൃഷ്ണേട്ടന്റെ പാട്ടിന് ചടുലതയും വീറും കൈവന്നു. പാട്ടിന്റെ ഭാവത്തിനൊത്ത് കൃഷ്ണേട്ടന്റെ മുഖത്ത് വികാരങ്ങൾ മാറിമാറിവന്നു.

കേട്ടുകേട്ടിരിക്കെ സ്ഥലകാലങ്ങളുടെ അതിർവരമ്പുകൾ മാഞ്ഞു പോയി. പാട്ടിൽ തച്ചോളി നല്ലോമന കുഞ്ഞിഒതേനന്റെ വീരചരിതങ്ങൾക്ക് ജീവനുണർന്നപ്പോൾ പടയാളി ഗോത്രങ്ങൾ ഉറുമി വീശുന്ന പഴയ പൊയ്ത്തുനിലങ്ങളിലൂടെ നാടോടിപ്പാട്ടുകാരായി ഞങ്ങൾ സഞ്ചരിച്ചു.

അങ്കക്കലിമൂത്ത ഒരു പഴങ്കാലം ചുരികകൊണ്ടെഴുതിയ ചരിത്രത്തിന്റെ ശോണരാശിയിൽ ലോകനാർകാവിന്റെ തിരുമുറ്റം കാവൂട്ടും വേലയ്ക്ക് അണിഞ്ഞൊരുങ്ങിനിന്നു.

ഒതേനൻ ഒരുക്കിയ പന്തൽ കാണാനായി നാലുകോവിലകം തമ്പുരാന്മാരും തമ്പുരാട്ടിമാരും 'യോഗം മുതിർന്നാളുക'ളും കാവിലെത്തിച്ചേരുകയാണ്.

അഭിമാനത്തോടെ ഒതേനനും ശിഷ്യന്മാരും പന്തലിൽ നടന്നു.

അപ്പോഴാണ് പതിനായിരത്തിനു ഗുരുക്കളായ മതിലൂർ ഗുരുക്കളും ശിഷ്യന്മാരും പന്തൽപ്പണി കാണാൻ വരുന്നത്. ഗുരുക്കൾ കേൾക്കെ ഒതേനൻ കക്കാടൻ മൂത്തഗുരുക്കളോടു പറഞ്ഞു:

"പതിനായിരം ശിഷ്യരുണ്ടെന്നാലും
എന്റെ ഗുരുക്കളുമാണെന്നാലും
കുഞ്ചാരനല്ലേ കുലമവനോ?
എന്റെ തല മണ്ണിൽ കുത്തുവോളം
കുഞ്ചാരനാചാരം ഞാൻ ചെയ്യൂലാ."

കേട്ടുവന്ന ഗുരുക്കൾ അപ്പോൾ തന്റെ പുത്തൻ തോക്ക് പന്തലിന്നരികിലെ പിലാവിൽ ചാരിവച്ചു. ആ തോക്കെടുത്തുനോക്കി "മയിലു വെടിവയ്ക്കാൻ നല്ല തോക്ക്" എന്നുകൂടി ഒതേനൻ കളിയാക്കിയപ്പോൾ മതിലൂർ ഗുരുക്കൾ ശരിക്കും പ്രകോപിതനായി:

"മയിലു വെടിവയ്ക്കാൻ വന്നൊതേനാ
നിനക്കു കൊതിയേറെയുണ്ടെന്നാലോ

മയിലായി ഞാനാടിവന്നോളാലോ
പൂവനെങ്കിൽ കൂവിത്തെളിയും ഞാനേ.
പിടയെങ്കിൽ വാലാട്ടിപ്പോവുമല്ലോ."

ഒന്നും രണ്ടും മേലും കീഴും പറഞ്ഞ് തർക്കം മൂത്തു. ഒടുക്കം കുംഭ മാസം ഒമ്പതും പത്തും പതിനൊന്നും ദിവസങ്ങളിൽ പൊന്നിയത്തു വച്ചു തമ്മിൽ പടയും കുറിച്ചു.

"തിങ്ങളിലോരോ കുളിയെനിക്ക്
കൊല്ലത്തിലോരോരോ പേറെനിക്ക്
അന്നു ഞാൻ തീണ്ടാരിയായില്ലെന്നും
അന്നു ഞാൻ പെറ്റുകിടന്നില്ലെന്നും
പയ്യനിടൻമുരും കത്തിയുമായ്
പൊന്നിയത്തരയാക്കിലെത്തും ഞാനോ."

മതിലൂർ ഗുരുക്കളോടുള്ള ഒതേനന്റെ വീരവാദങ്ങൾ പാടുമ്പോൾ ആവേശംകൊണ്ട് സ്വയമറിയാതെ കൃഷ്ണേട്ടൻ എഴുന്നേറ്റു കഴുത്തിലെ ഞെരമ്പുകൾ എടുത്തുപിടിച്ചു. മുഖം ചുവന്നു. താൻതന്നെ ഒതേനനായി ത്തീർന്ന മട്ടിൽ അങ്കക്കലികൊണ്ടു.

വാമൊഴി മലയാളത്തിലെ മുനവച്ച വാക്കിന്റെ ശക്തിയും മൂർച്ചയും ശ്രദ്ധിക്കുകയായിരുന്നു ഞാനപ്പോൾ. "ആണാണെങ്കിൽ ഞാൻ പൊന്നിയ ത്തെത്തും" എന്ന പറയുന്നിനു പകരമാണ് പേറും തീണ്ടാരിയും പറഞ്ഞ് ഒതേനൻ വാക്കിന്റെ ലക്ഷണാർത്ഥംകൊണ്ട് പ്രകരണത്തിനു മൂർച്ചകൂട്ടി യത്. നാട്ടുമൊഴികളും ഈടുവെപ്പിൽത്തന്നെയുള്ള ലളിതമായ ഇത്തരം ലക്ഷണോക്തികൾകൊണ്ട് എത്ര വിദഗ്ധമായാണ് വടക്കൻപാട്ടു കവി വ്യംഗ്യഭംഗിയും നാടകീയതയും സൃഷ്ടിക്കുന്നത്. സ്വന്തം ഭാഷയുടെ ഉക്തിവൈചിത്ര്യങ്ങൾകൊണ്ട് കാവ്യലക്ഷണം തികഞ്ഞൊരു പാട്ടു സംസ്കൃതി രൂപപ്പെടുത്തിയ നാടോടിക്കവിയെ നെഞ്ചിലേറ്റിയാണ് കൃഷ്ണേട്ടൻ ഇന്നും പാടുന്നത്.

മരിക്കാത്ത പാട്ടിന്റെ ആ സ്മൃതിക്കാഴ്ചകളിലൂടെ പിന്നെ ഞങ്ങൾ ഓർമ്മകളുടെ മൗനസംഗീതം ഘനീഭവിച്ചുകിടന്ന ലോകനാർകാവിന്റെ നടവഴികളിൽ നടന്നു.

വളരെ നൂറ്റാണ്ടുകളുടെ കടത്തനാടൻ ചരിത്രങ്ങൾക്ക് നിത്യസാക്ഷി യായിരുന്നുവല്ലോ ലോകനാർ കാവിലമ്മ. തച്ചോളിമേപ്പയിൽ കുഞ്ഞി ഒതേനന്റെ പരദേവത.

പൊന്നിയം പടയ്ക്കു പോകുംമുമ്പ് ലോകനാർകാവിലെ തിരുനടയിൽ നിന്ന് പതിവുപോലെ ഒതേനൻ പ്രാർത്ഥിച്ചപ്പോൾ കാവിൽ വെളിച്ച പ്പാടിന്റെ അരുളപ്പാടുണ്ടായി.

"ഒതേനാ, നിനക്ക് മുപ്പത്തിരണ്ടു വയസ്സായി. അറുപത്തിനാലു പടയും ജയിച്ചു. അവിടെയൊക്കെ ഞാൻ നിന്നെ കാത്തുരക്ഷിച്ചു. പക്ഷേ നിനക്കിപ്പോൾ ജാതകത്തിൽ ജന്മശനിയുണ്ട്. അതുകൊണ്ട് ഇപ്പോൾ പൊന്നിയത്തു പോകരുത്."

പക്ഷേ അഭിമാനിയായ ഒതേനൻ ഭഗവതിയോടു കയർത്തു.

"ഞാനങ്ങൊരു പുറംപോകുന്നേരം
പൂലുവത്തത്ത വിലക്കുംപോലെ
മുമ്പിൽ വിലക്കും ഭഗവതിയോ?
ഭഗവതിയെന്നു ഞാനോർക്കയില്ല
എല്ലാം നിരത്തി ഞാനെള്ളൊടിക്കും."

അതായിരുന്നു തച്ചോളി ഒതേനൻ. താൻ ശരി എന്നു തീരുമാനിച്ചതിനെ എതിർക്കാൻ ദൈവങ്ങളെപ്പോലും ഒതേനൻ അനുവദിച്ചില്ല.

ഒടുക്കം, "പൊന്നിയത്ത് ഉച്ചവരെ മാത്രമേ പയറ്റാവൂ എന്നും അതുവരെ ഒരു ചുവന്ന കിളിയായി ഞാൻതന്നെ പൊന്നിയത്തരയാലിൻ കൊമ്പിൽ നിനക്കു കാവലിരുന്നുകൊള്ളാ"മെന്നും പറഞ്ഞനുഗ്രഹിച്ച് ലോകനാർ കാവിലമ്മ ഒതേനനെ പൊയ്ത്തിനു യാത്രയാക്കി.

ലോകനാർ കാവിലമ്മ കാവലിരുന്ന് ഒതേനനെ പട ജയിപ്പിച്ചുവെങ്കിലും മറന്നുവച്ച തന്റെ ആയുധമെടുക്കാൻ തിരിച്ചുചെന്നപ്പോൾ വെടികൊണ്ട് ഒതേനൻ മരിച്ചുവെന്നാണ് പൊന്നിയംപടയുടെ പാട്ടുകഥ. ജന്മശനിയുടെ അപഹാരം തടഞ്ഞുനിർത്താൻ ലോകനാർ കാവിലമ്മയ്ക്കും സാധിച്ചില്ല.

'തച്ചോളി ഒതേനൻ പൊന്നിയം പടയ്ക്കു പോയ പാട്ടുകഥ' എന്ന പേരിൽ ഇന്ന് പ്രചാരത്തിലുള്ള പാട്ടും മലബാർ മാന്വലിൽ ഇതേ പേരിൽ ലോഗൻ ഇംഗ്ലീഷിലേക്കു വിവർത്തനം ചെയ്തു ചേർത്ത പാട്ടും തമ്മിൽ കുറെയൊക്കെ വ്യത്യാസങ്ങൾ കാണാനുണ്ട്. ചില പാട്ടിൽ ലോകനാർകാവ് 'ഒലവണ്ണൂർ കാവാ'ണ്. ചില വിശദാംശങ്ങളിലും വൈജാത്യങ്ങൾ കാണുന്നുണ്ട്. ഒരേ കഥയെ സംബന്ധിച്ചുതന്നെ വ്യത്യസ്തമായ പാട്ടുകൾ അക്കാലത്ത് നടപ്പുണ്ടായിരുന്നിരിക്കണം. എങ്കിലും എല്ലാ പാട്ടുകളിലും പ്രധാനപ്പെട്ട കാര്യങ്ങളും കഥാമർമ്മവും ഒന്നുതന്നെയാണ്.

ലോകനാർകാവിൽ ഇന്നും ഒതേനന്റെ സ്മരണ നിറഞ്ഞുനിൽക്കുന്നുണ്ട്. ലോകനാർ കാവിലമ്മയേക്കാൾ പ്രസിദ്ധനാണ് ഇവിടെ കാവിലമ്മയുടെ ഈ ഭക്തൻ. കാവിൽ ഒതേനന് പ്രത്യേകമായ അവകാശസ്ഥാനങ്ങളുണ്ടെന്ന് ക്ഷേത്രജീവനക്കാരനായ വിശ്വംഭരൻ പറഞ്ഞു. ക്ഷേത്രമതിൽക്കെട്ടിനകത്തെ 'മാപ്പിളത്തറ'യും അയാൾ കാണിച്ചുതന്നു.

ലോകനാർകാവിലെ സ്ഥാനിയായിരുന്ന 'കരകെട്ടി മാപ്പിള'യ്ക്ക് കാവിലെ വേല കാണാൻ വന്നിരിക്കുവാനായി മതിൽക്കെട്ടിനകത്തുതന്നെ പ്രത്യേകം നീക്കിവച്ചിരിക്കുന്ന സ്ഥാനമാണ് 'മാപ്പിളത്തറ'. ഇന്നും ആ പഴയ ആചാരം അതേപടി നിലനിർത്തിപ്പോരുന്നുണ്ടെന്നും വിശ്വംഭരൻ പറഞ്ഞു.

"അഹിന്ദുക്കൾക്ക് പ്രവേശനമില്ലെ'ന്ന കൂറ്റൻ ബോർഡുവച്ച് ക്ഷേത്രങ്ങളുടെ ഏഴയലത്തേക്കുപോലും അന്യമതസ്ഥരെ പ്രവേശിപ്പിക്കാത്ത പുത്തൻക്ഷേത്ര സംസ്ക്കാരങ്ങൾക്കു മുമ്പിൽ പുരാതന മനുഷ്യമൈത്രിയുടെ ചൈതന്യമായി 'ലോകമലയാർ കാവെ'ന്ന ലോകനാർകാവ് നിലകൊള്ളുന്നു.

ക്ഷേത്രസമുച്ചയത്തിലെ പ്രധാന ക്ഷേത്രത്തിന് കാലം വലിയ പരിക്കൊന്നുമേൽപ്പിച്ചിട്ടില്ല. ഇവിടെയുണ്ടായിരുന്ന ഒരപൂർവ്വ ദാരുശില്പ ശേഖരം വർഷങ്ങൾക്കുമുമ്പ് കവർച്ച ചെയ്യപ്പെട്ടു. വടക്കേ മലബാറിലെ സവിശേഷമായ ദാരുശില്പ വൈദഗ്ദ്ധ്യത്തിന്റെ സ്മാരകമായിരുന്നു അത്. ഇവിടുത്തെ തെയ്യക്കോലങ്ങളിലും മറ്റും കാണപ്പെടുന്ന രീതിയിലുള്ള തനതായൊരു ശില്പവഴക്കം നമുക്ക് സ്വന്തമായിട്ടുണ്ടായിരുന്നുവല്ലോ. അപൂർവ്വ പാരമ്പര്യസിദ്ധികൾക്ക് ഉടമസ്ഥരായിരുന്ന മരാശാരിമാരുടെ കുലങ്ങൾ ജന്മങ്ങൾ ബലിയർപ്പിച്ച് സാക്ഷാൽക്കരിച്ച ശില്പവിസ്മയങ്ങളാണ് നഷ്ടമായത്.

കാവിലെ നടയിറങ്ങുമ്പോൾ ഞാൻ വെറുതെ വിഷാദിച്ചു.

നമ്മുടെ പഴമകളും തനിമകളുമെല്ലാം ആരൊക്കെയോ കവർന്നുകൊണ്ടുപോവുകയാണ്. ചരിത്രത്തിന്റെ നിലവറകളിൽക്കിടന്ന പഴയ സ്മൃതിക്കോപ്പുകൾക്ക് അത്രയൊക്കെയേ നമ്മൾ വില കല്പിച്ചിട്ടുള്ളൂ. ആത്മസൗന്ദര്യത്തിന്റെ ദൈവരൂപങ്ങൾ പകരം കൊടുത്ത് പുത്തൻ പരിഷ്ക്കാരത്തിന്റെ ക്ഷണികമായ കൃത്രിമത്തിളക്കങ്ങൾ വാങ്ങിക്കൂട്ടുകയാണ് നാം. അതിനിടയിലാണ് അനാഥമായ സ്മരണാലയങ്ങളിൽ ഓർമ്മകളിലൂടെയുള്ള ഈ ഏകാന്ത തീർത്ഥാടനം.

എവിടെയോ പുതിയ തിരിച്ചറിവുകളുടെ വാതിലുകൾ തുറക്കുന്നുണ്ടോ?

രണ്ട്

തച്ചോളിപ്പാട്ടുകളിൽ പരാമർശിക്കപ്പെടുന്ന പ്രധാനപ്പെട്ട വീടുകളും സ്ഥലങ്ങളുമെല്ലാം ഇന്നും ലോകനാർകാവിന്റെ ചുറ്റുവട്ടങ്ങളിലായി ഉണ്ട്.

കാവുവട്ടത്തുവെച്ചു പരിചയപ്പെട്ട വായലംകണ്ടിയിൽ ബാലനാണ് കണ്ടാച്ചേരി വീട്ടിലേക്കു വഴി കാണിച്ചുതന്നത്.

തച്ചോളി ഒതേനന്റെ സന്തത സഹചാരിയായിരുന്നുവല്ലോ കണ്ടാച്ചേരി ചാപ്പൻ. രണ്ടു ശരീരവും ഒരാത്മാവുമായി എല്ലാ ജീവിതരംഗങ്ങളിലും ഒരുമിച്ചു സഞ്ചരിച്ചവർ. എല്ലാ ശക്തിദൗർബല്യങ്ങളോടുംകൂടി തന്നെ സ്നേഹിച്ച നേർചങ്ങാതിയായിരുന്നു ഒതേനന് ചാപ്പൻ.

പൊന്നിയം പടയ്ക്കു പോയി, നെറ്റിക്കു വെടികൊണ്ട് തച്ചോളി മേപ്പയിൽ തറവാട്ടിൽ നടന്നെത്തി ഓരോരുത്തരേയും ഓരോരോ കാര്യങ്ങൾ പറഞ്ഞേല്പിച്ച് ഒതേനൻ കണ്ണടയ്ക്കും മുമ്പ് ചാപ്പൻ ചോദിക്കുന്നുണ്ട്:

“തച്ചോളിയിളയ കുറുപ്പന്നാരേ
എല്ലാരെക്കൊണ്ടും പറഞ്ഞു നിങ്ങൾ
എന്നെക്കൊണ്ടൊന്നും പറഞ്ഞില്ലല്ലോ.”
“ആ വാക്കുകേട്ടുള്ള കുഞ്ഞ്യൊതേനൻ
ചാപ്പനോടല്ലോ പറയുന്നത്.
കൊണ്ടുനടന്നതും നീയേ ചാപ്പാ
കൊണ്ടുപോയ്ക്കൊല്ലിച്ചതും നീയേ ചാപ്പാ.
നിനക്കു തരാനേതുമില്ല ചാപ്പാ.”

പറഞ്ഞും കൊടുത്തും തീർക്കാൻ കഴിയാത്തവിധം നിരുപാധികമായ ഒരു ഹൃദയബന്ധമായിരുന്നു അത്.

ഒതേനന്റെ വാഴ്വിനും കിനാവിനും ഉടയവനായിരുന്ന കണ്ടാച്ചേരി ചാപ്പന്റെ പിൻതലമുറകൾ ഇന്ന് പല വഴിക്കായി. കണ്ടാച്ചേരി എന്നൊരു ഭവനം ഇപ്പോഴുമുണ്ടെങ്കിലും ഓർമ്മകളെല്ലാം അവിടെയും കഥകളാണ്.

മടങ്ങിവരുംവഴി കാവിൽ ചാത്തോത്തെ തറവാടും ബാലൻ കാണിച്ചുതന്നു.

ഒതേനന്റെ നിരവധി പ്രണയകഥകളിൽ ഏറ്റവും തിളക്കമാർന്ന കഥ കാവിലെ ചാത്തോത്തു കുഞ്ഞിച്ചീരുവിനെക്കുറിച്ചുള്ളതാണല്ലോ. (കാവിലെ ചാത്തോത്തു കുഞ്ഞിക്കുങ്കി എന്നും ചില പാട്ടുകളിൽ കാണുന്നുണ്ട്.)

കാവിലെ ചാത്തോത്തു മാതേയി അമ്മ ഒമ്പതു പെറ്റതിൽ എട്ടും മരിച്ച് ബാക്കിയായ ഒരേയൊരോമന മകളായിരുന്നു കുഞ്ഞിച്ചീരു. അവൾക്ക് മഞ്ഞക്കുളിക്കല്യാണം കൊള്ളാനായി മാതേയി അമ്മ ‘പൊന്നിയത്തമ്പുക്കണിക’ളേയും ‘നിടുമ്പോയിലെമ്മനാം വാര്യ’രേയും വരുത്തി രാശി നോക്കിച്ചു. രാശിപ്രകാരം തച്ചോളി നല്ലോമനക്കുഞ്ഞി ഒതേനനെയാണ് ചീരുവിനു പൊരുത്തം കണ്ടത്. മാതേയിയമ്മതന്നെ

തച്ചോളി മേപ്പയിൽ ചെന്ന് ഒതേനന്റെ ജ്യേഷ്ഠനായ കോമക്കുറുപ്പിനെ ആ വിവരം ധരിപ്പിച്ചു. പക്ഷേ "ചക്കച്ചൊളപ്പല്ലും പേന്തലയുമുള്ള കാക്കയെപ്പോലെ കറുത്ത ചീരുവിനെ തനിക്കു വേണ്ടെന്നും അവൾ വടകര പൊക്കപ്പൻ ചോനകന്റെ കൊപ്പര കാക്കുവാൻ പൊയ്ക്കോട്ടെ" എന്നും പറഞ്ഞ് ഒതേനൻ മാതേയിയമ്മയെ അപമാനിച്ചുകളഞ്ഞു.

കഥ പറഞ്ഞുകൊണ്ടു നടക്കുന്നതിനിടയിൽ ബാലൻ അറിയാതെ കഥയ്ക്കകത്തു കേറിയതുപോലെ തോന്നി. സ്വന്തം വീട്ടുവിഷയംപോലെ കാര്യഗൗരവത്തിലാണ് ഒതേനന്റെ കല്യാണക്കഥ അയാൾ വിവരിക്കുന്നത്.

"കാറ കളിക്കുന്ന പിള്ളേരു പറഞ്ഞ നൊണക്കഥ കേട്ടിട്ടാണ് ചീരു കറുത്തിട്ടാണെന്ന് ഒതേനക്കുറുപ്പു പറഞ്ഞത്. പക്ഷേ ഓളെപ്പോലൊരു പെണ്ണ് അന്ന് കടത്തനാട്ട് ദേശത്തില്ല. 'മാറുമറഞ്ഞു മുലവന്നാലും മുയിപ്പു മറഞ്ഞു മുടിവന്നാലും ഓക്കു കിടയൊത്തെ പെണ്ണില്ലാ' എന്നാണ് പാട്ട്. പിന്നൊരിക്കൽ കാവിലെ ചെറയില് കുഞ്ഞിച്ചീരു കുളിക്കണെ കണ്ടപ്പഴല്ലേ ഒതേനക്കുറുപ്പ് മയങ്ങിപ്പോയത്?"

"ങ്ങള് വരീൻ. ചീരു കുളിച്ച കാവിലെച്ചെറ കാണണ്ടേങ്ങക്ക്?"

കഥകളിൽ പുലരുന്ന ഒരു ഭൂതകാലത്തെ സ്വന്തം ജീവിതംപോലെ സ്വീകരിച്ചിരുന്ന ആ മനുഷ്യനോടൊപ്പം ഞങ്ങൾ ലോകനാർകാവിലെ വലിയ ചിറയ്ക്കു മുമ്പിലെത്തി.

ഏക്കറുകളോളം വിസ്താരത്തിൽ പരന്നുകിടക്കുന്ന തെളിഞ്ഞ ജലാശയം. പഴമയുടെ ഏണും കോണും പൊട്ടിപ്പോയിട്ടില്ലാത്ത പുരാതനമായ കൽപ്പടവുകൾ. ഈ കടവുകളിലൊന്നിലാണത്രെ ഏഴു കൂട്ടുകാരികളോടുകൂടി കാവിലെ ചാത്തോത്തു കുഞ്ഞിച്ചീരു പണ്ട് കുളിക്കുവാനിറങ്ങിയത്. അവിടെ വടക്കൻപാട്ടു കവിയുടെ കല്പനാവിലാസം വിസ്മയകരമായൊരു സർഗചൈതന്യമണിയുന്നതു കാണാം.

സാധാരണഗതിയിൽ, ഒരുക്കിവയ്ക്കപ്പെട്ട കുറെ പതിവുശീലുകളിലാണ് വടക്കൻപാട്ടിലെ മിക്ക സന്ദർഭങ്ങളും വർണിച്ചുകാണാറുള്ളത്. എന്നാൽ ഇവിടെ 'കുഞ്ഞിക്കിണ്ണം കൊണ്ടു താളമാടി, താളത്തിനൊത്തൊരുപാട്ടുപാടി' കാവിലെച്ചിറയിൽ നീരാടാനിറങ്ങിനിൽക്കുന്ന കുഞ്ഞിച്ചീരുവിനെ വർണിക്കുമ്പോൾ ഭാഷയിലെ പിൽക്കാല മഹാകവികളെയെല്ലാം ജയിക്കാൻ പോന്ന സർഗാത്മക ജാഗ്രത പുലർത്തുന്നുണ്ട് നാടോടിക്കവി.

കുഞ്ഞിച്ചീരുവിനെക്കണ്ട ഒതേനൻ പ്രണയജലത്തിൽ വീണുപോയി.

ഒതേനൻ പറഞ്ഞയച്ചതനുസരിച്ച് തന്ത്രശാലിയായ കണ്ടാച്ചേരി ചാപ്പൻ കുളക്കടവിലെത്തി.

'എന്റെ കുറുപ്പിന് ഒരിക്കൽ മുറുക്കാൻ തരുമോ' എന്നു ചോദിച്ച ചാപ്പനോട് കുഞ്ഞിച്ചീരു ചോദിച്ചു.

"നിന്റെ കുറുപ്പാരാ ചാപ്പാ, വെട്ടാക്കുറുപ്പോ പരക്കുറുപ്പോ?"

പതിനെട്ടു നാട്ടിലും പത്തില്ലത്തും കേൾവിയുള്ള എന്റെ തച്ചോളി ഒതേനക്കുറുപ്പിനെ കേട്ടറിവില്ലേ എന്നായി ചാപ്പൻ.

"അപ്പോൾപ്പറയുന്നു കുഞ്ഞിച്ചീരു
എനിക്കൊരു കേളിതാനില്ല ചാപ്പാ.
ചാപ്പൻ പറഞ്ഞിട്ടറിഞ്ഞു ഞാനോ
തച്ചോളി ഒതേനൻ കുറുപ്പാണെന്ന്.
കുറുപ്പല്ലേ വെറ്റിലയ്ക്കയച്ചുട്ടത്
ചോനകൻ തിന്നുന്ന വെറ്റ്ലേള്ളൂ.
കുറുപ്പിന്നു വെറ്റിലയില്ല ചാപ്പാ.
വടകര പൊക്കപ്പൻ ചോനകന്റെ
കൊപ്പരയിക്കാക്കേനെ നോക്കിയിട്ട്
ഇപ്പാണു വന്നതു കണ്ടാച്ചേരി.

കുഞ്ഞിച്ചീരുവിനെക്കൊണ്ട് ഇപ്രകാരം പറയിക്കുമ്പോൾ നാലഞ്ചു നൂറ്റാണ്ടുകൾക്കുമുമ്പ് വടക്കേ മലബാറിലെ സ്ത്രീകൾ പുലർത്തിയിരുന്ന സ്വാതന്ത്ര്യവും തന്റേടവും തന്മയത്വത്തോടെ വരച്ചുകാണിക്കുന്നുണ്ട് വടക്കൻ പാട്ടുകവി. അപ്രിയം പറഞ്ഞവരുടെയെല്ലാം തലവീശിയെറിഞ്ഞ് നാടുവിറപ്പിച്ചുനടന്ന പരാക്രമശാലിയായ പടക്കുറുപ്പിനെയാണ് ചീരു കണക്കിനു പരിഹസിച്ചുവിട്ടത്. ഏതു വീരശൂരപരാക്രമിയുടെ മുമ്പിലായാലും ആത്മാഭിമാനം പണയപ്പെടുത്താൻ കൂട്ടാക്കാത്ത സ്ത്രീത്വത്തിന്റെ ഉദാത്തഭാവം നാമിവിടെ കാണുന്നു.

മതിലൂർ ഗുരുക്കളോടു കാണിച്ച അഹന്തയോ ധിക്കാരമോ ഒതേനൻ കുഞ്ഞിച്ചീരുവിനോടു കാണിച്ചതായി പാട്ടിൽ പറയുന്നില്ല. ആളറിയാതെ ചീരുവിനെ പണ്ട് പരിഹസിച്ചുപോയതിന്റെ പശ്ചാത്താപവും കടുത്ത പ്രണയമോഹഭംഗവുമായി തച്ചോളിത്തറവാട്ടിൽ അറയടച്ചു കിടന്ന ഒതേനനെ പിന്നീട് തച്ചോളിപ്പൊട്ടനാക്കി വേഷം കെട്ടിച്ച് ചാപ്പൻ തന്ത്രപൂർവ്വം കുഞ്ഞിച്ചീരുവിന്റെ പടിഞ്ഞാറ്റിയിലെത്തിച്ചു എന്നാണ് പാട്ട്. പാട്ടിലെ കഥ കല്പിതമാണെങ്കിൽ, ഒതേനനെപ്പോലെയുള്ളൊരു പുരുഷന് കുഞ്ഞിച്ചീരുവിനെപ്പോലെ തന്റേടിയായ ഒരുവൾ തന്നെ 'സ്വയം പെണ്ണാ'യി വേണമെന്ന രചനാസൗന്ദര്യത്തിലെ യുക്തിയും ജാഗ്രതയോടെ പാലിച്ചിരിക്കുന്നു നാടോടിക്കവി.

നാടുവിറപ്പിച്ചു നടന്ന ഒതേനൻ എന്ന പോരാളിയെ ഇങ്ങനെ തന്റേടമുള്ള പെണ്ണുങ്ങൾ നേരിട്ട കഥകൾ തച്ചോളിപ്പാട്ടുകളിൽ ധാരാളമുണ്ട്.

മേമുണ്ടയിലെ ടി.എച്ച്. കുഞ്ഞിരാമൻ നമ്പ്യാർ അങ്ങനെ ഒട്ടുവളരെ കഥകൾ പറഞ്ഞു.

അടിവാരത്തുണ്ണൂലി തിയ്യപ്പെണ്ണിനെക്കണ്ടു മോഹിച്ച് അവളെക്കയറിപ്പിടിച്ച ഒതേനനെ ഉണ്ണൂലി കട്ടക്കോലുകൊണ്ടടിച്ച കഥ; കൊടുമലവാണ കുഞ്ഞിക്കുങ്കി കേൾവിയുള്ള ഒതേനക്കുറുപ്പിനെ കണ്ടിട്ടും കണ്ടഭാവം കാണിക്കാതെ, എഴുന്നേറ്റാചാരം ചെയ്യാതെ അപമാനിച്ച കഥ; അങ്ങനെ ഒട്ടുവളരെ കഥകൾ.

ഒരു കഥയിൽ, പണ്ട് തന്റെ ചിറ്റക്കാരിയായിരുന്ന കുങ്കമ്മ പിന്നീട് ജീവിതവൃത്തിക്കുവേണ്ടി വയലിൽ പുല്ലരിയുന്നതുകണ്ട ഒതേനൻ അവളോട് പുല്ലരിയുന്നതു നിർത്തി കയറിപ്പോകാൻ പറഞ്ഞു. കുങ്കമ്മ ഒതേനനെ തന്റേടത്തോടെ നേരിട്ടു:

"നിങ്ങളുടെ ആവശ്യം കഴിഞ്ഞപ്പോൾ എന്നെ ഉപേക്ഷിച്ച നിങ്ങൾ ഇന്നുവരെ ഞാനെങ്ങനെ ജീവിച്ചുവെന്നന്വേഷിച്ചിട്ടില്ലല്ലോ. ഇനി ഞാനെങ്ങനെ ജീവിക്കണമെന്ന് ഞാൻതന്നെ തീരുമാനിച്ചോളാം. അതിനെനിക്ക് തച്ചോളി ഒതേനക്കുറുപ്പിന്റെ ഔദാര്യം ആവശ്യമില്ല."

ഒന്നും രണ്ടും പറഞ്ഞ് വാഗ്വാദമായപ്പോൾ ഒതേനൻ കുങ്കമ്മയുടെ അരിവാളിൽ കയറിപ്പിടിച്ചു. കുങ്കമ്മ അരിവാൾ വലിച്ചതും ഒതേനന്റെ കൈവെള്ള മുറിഞ്ഞ് ചോരയൊഴുകി. അതോടെ ആർദ്രയായിപ്പോയ കുങ്കമ്മ ഒതേനനെ തന്റെ വീട്ടിലേക്കു കൂട്ടിക്കൊണ്ടുപോയി എന്നും പഴയ ഓർമ്മകളിൽ പിന്നെയും പ്രണയം പങ്കുവെച്ചു എന്നുമാണ് കഥ.

പുറമേരിക്കടുത്ത് ഒരു പഴയ വീട്ടിൽ ഇപ്പോഴും അറയുടെ ഭിത്തിയിൽ ഒരു ചോരക്കൈപ്പാടു കാണുന്നുണ്ട്. അത് കുങ്കമ്മയുടെ വീടായിരുന്നുവെന്നും അരിവാളുകൊണ്ട് കൈമുറിഞ്ഞ ഒതേനൻ അറയുടെ ഭിത്തിയിൽ കൈയമർത്തിവെച്ചപ്പോൾ പതിഞ്ഞതാണ് ആ ചോരപ്പാടെന്നുമുള്ള അതിശയോക്തി കലർന്ന ഒരു വിശ്വാസവും ഇവിടങ്ങളിൽ പ്രചാരത്തിലുണ്ട്.

വേറൊരു പാട്ടിൽ, പഴയ കോലോത്തു കുഞ്ഞിക്കന്നിയെ വഴിയിൽ തടഞ്ഞുനിർത്തി കിന്നാരം പറഞ്ഞ ഒതേനനോട് കന്നി കയർക്കുന്നുണ്ട്:

"എന്റൊരു വീടും പറമ്പുമെല്ലാം
നിങ്ങളറിയേണ്ട കാര്യമെന്താ?"
പെണ്ണ് തർക്കുത്തരം പറയുന്നുകേട്ട് ഒതേനന് അരിശം പിടിച്ചു.
"ആണിനടങ്ങാത്ത പെണ്ണുണ്ടിന്ന്
അങ്ങനെ ഒരു പെണ്ണുണ്ടെങ്കില്
ഓളെ ഞാൻ നന്നാക്കിക്കൊണ്ടരവല്ലോ."

ഒതേനൻ പഴയ കോലോത്തുചെന്ന് കുഞ്ഞിക്കന്നിക്ക് സംബന്ധമന്വേഷിച്ചു. ഒതേനന്റെ കേൾവിയും പ്രമാണിത്തവുമറിയുന്ന കന്നിയുടെ അമ്മ സന്തോഷത്തോടെ സമ്മതിക്കുകയും ചെയ്തു. വിവരമറിഞ്ഞ കുഞ്ഞിക്കന്നി അമ്മയോടു പറയുന്ന വാക്കുകൾ കേൾക്കുമ്പോൾ അക്കാലത്തെ സ്ത്രീകളുടെ തന്റേടം നമുക്കു ബോധ്യമാവും:

"തച്ചോളിമേപ്പേലെ കുഞ്ഞ്യോതേന്ന്
എന്നെക്കൊടുപ്പാനോ നിശ്ചയിപ്പാൻ
ആരുതന്നധികാരം നിങ്ങക്കമ്മേ?
കട്ടും കവർന്നും പുലയാടീറ്റും
നിത്യം കഴിച്ചങ്ങ് പോരുന്നോരു
കള്ളപ്പുലയാടി കുഞ്ഞ്യോതേനൻ
എന്നെയോ സംബന്ധം ചെയ്യുമെന്ന്
ഒട്ടും മനസ്സിൽ നിനയ്ക്കണ്ടമ്മേ."

"ഒതേനനെ നിനക്ക് തീരെ ഇഷ്ടമല്ലെങ്കിൽ ഒരു ദിവസമെങ്കിലും അവൻ നിന്റെ കൂടെ ഇവിടെ കൂടീട്ട് പൊയ്ക്കോട്ടെ" എന്ന് അമ്മ മകളോട് അപേക്ഷിച്ചു. കന്നി അപ്പോൾ സകല നിയന്ത്രണങ്ങളും വിട്ട് പൊട്ടിത്തെറിക്കുകയാണ്.

"അമ്മയ്ക്കോതേനനെ വേണെങ്കിലോ
അമ്മേക്കൊടുക്കാലോ പെറ്റോരമ്മേ."

ഈ വരികളെല്ലാം നൂറ്റാണ്ടുകൾ പഴക്കമുള്ള തച്ചോളിപ്പാട്ടുകളിൽത്തന്നെ എന്നു പറഞ്ഞാൽ ഇന്നു നമുക്ക് വിശ്വാസം വരാൻ പ്രയാസമാവും. എന്നാൽ മദിരാശി സർവ്വകലാശാലയിൽനിന്നു പുറത്തിറങ്ങിയ Ballads of North Malabar മൂന്നാം വോള്യത്തിൽ എസ്.കെ. നായർ ഈ പാട്ട് അച്ചടിച്ചുചേർത്തിട്ടുണ്ട്. കന്നിയെ സംബന്ധം ചെയ്യാനൊരുങ്ങിവന്ന ഒതേനന് കന്നിയുടെ അമ്മയെത്തന്നെ സംബന്ധം ചെയ്തുകൂടേണ്ടിവന്നു എന്നാണ് ഈ പാട്ടിലെ കഥ.

പെൺമോഹംകൊണ്ട് ഒതേനൻ പല ചതികളിലും ചെന്നുപെട്ടതായും കഥകളുണ്ട്.

പുന്നോറാൻകോട്ട കാണാൻ പോയ ഒതേനൻ ചന്ദനച്ചേരിയിലെ കുഞ്ഞിക്കുങ്കിയുടെ വീട്ടിൽ രാത്രി കൂടിയതും കുങ്കി ഒതേനനെ ചതിച്ച് കിടിലേരിക്കോലോത്ത് തടവിലാക്കിയതുമായ ഒരുപാട്ടു കഥയുണ്ട്. തന്റെ ഭാര്യയെ അപമാനിച്ചതിന് കുറുക്കാട്ടു കുറുപ്പ് ഒതേനനെ കല്ലറയിലിട്ടടച്ചതായും ഒരു കഥയുണ്ട്.

കഥ പറഞ്ഞുപറഞ്ഞ് കുഞ്ഞിരാമൻ നമ്പ്യാർ നിറഞ്ഞുചിരിച്ചു:

"ഓനിവിടെ കളിക്കാത്ത കളിയില്ല. അതോണ്ടല്ലേ നൂറ്റാണ്ടെത്ര കഴിഞ്ഞാലും ഒതേനനെ നമ്മൾ മറക്കാത്തത്?"

കുസൃതിക്കാരനും അരുമയുമായ സ്വന്തം മകൻ കാണിച്ചുകൂട്ടുന്ന 'പോക്കണംകേടു'കളെക്കുറിച്ചു പറയുമ്പോൾ ഒരച്ഛന്റെ മുഖത്തു തെളിയുന്ന പരിഭവം കലർന്ന ചാരിതാർത്ഥ്യത്തിന്റെ ചിരിപോലെ തോന്നി കുഞ്ഞിരാമൻ നമ്പ്യാരുടെ ചിരി.

മഹാകവി കുട്ടമത്തിന്റെ കാവ്യനാടകത്തിലെ 'ബാലഗോപാല'നെ ഞാനപ്പോഴോർത്തു. ശ്രീകൃഷ്ണനെ സ്വന്തം വീട്ടിലെ കുട്ടിയാക്കി മാറ്റിയ കുട്ടമത്തിന്റെ പാരമ്പര്യം തന്നെയാണ് വടക്കേ മലബാറുകാർക്കെല്ലാം. എന്തൊക്കെ കുരുത്തക്കേടു കാണിച്ചാലും ഒതേനൻ ഇവർക്ക് സ്വന്തം മകനാണ്. ആ കുരുത്തക്കേടുകളൊക്കെയും ഓമനത്തം കലർന്ന കൗതുകവുമാണ്. ഈ സ്വന്തമാക്കലിന്റെ ആർജ്ജവം തന്നെയാണ് കടത്തനാടിന്റെ സ്വത്വബലവും.

മനുഷ്യസഹജമായ എല്ലാവിധ പരിമിതികളും ദോഷങ്ങളുമുണ്ടായിരുന്ന പൂർണ മനുഷ്യനാണ് വടക്കൻ പാട്ടുകളിലെ ഒതേനൻ. സംസ്കൃത കാവ്യനാടക സങ്കേതമനുസരിച്ച് നായകനെ സകലഗുണസമ്പൂർണനനും ധീരോദാത്തനുമാക്കിയെടുക്കാൻ ഈ നാടോടിക്കവികൾ ശ്രമിച്ചിട്ടില്ല. പച്ചയായ മനുഷ്യന്റെ വളച്ചുകെട്ടില്ലാത്ത പാട്ടു പാടുകയായിരുന്നു അവർ.

വിസ്മയകരമായ മെയ്ക്കരുത്തും അഭ്യാസപാടവവും ധൈര്യവുമുണ്ടായിരുന്നുവെങ്കിലും ഈ പോരാളിക്ക് താൻപ്രമാണിത്തവും സ്വജനപക്ഷപാതവും സ്ത്രീലമ്പടത്വവും വിവേകക്കുറവുമൊക്കെ ഉണ്ടായിരുന്നു. ഒതേനന്റെ അന്ത്യത്തിനുതന്നെ കാരണമായിത്തീർന്ന പൊന്നിയം പടയ്ക്ക് നിമിത്തവും ഒതേനന്റെ അവിവേകമായിരുന്നുവല്ലോ.

എങ്കിലും സമൂഹത്തിന്റെ താഴേക്കിടയിൽപ്പെട്ടവരും അവഗണിതരുമായ മനുഷ്യരോട് ഒതേനൻ എന്നും കൂറു പുലർത്തിയിരുന്നതായി തച്ചോളിപ്പാട്ടുകളിൽ കാണാം. സാധാരണക്കാരായ മനുഷ്യർക്ക് പ്രിയങ്കരനായ ജനകീയ നായകനായിരുന്നു തച്ചോളി ഒതേനൻ. തന്റെ ആൾക്കാർക്ക് നീതി ലഭിക്കുവാൻ വേണ്ടി നാട്ടിനുടയവരായ തമ്പുരാക്കന്മാരോടിടയുവാനും അവരുമായി അങ്കംവെട്ടാനും ഒതേനന് മടിയുണ്ടായിരുന്നില്ല.

ഒതേനന്റെ കൂട്ടുകാരിൽ പലരും താഴ്ന്ന ജാതികളിൽപ്പെട്ടവരും മുസ്ലിങ്ങളും ആയിരുന്നു. എതിരാളികളോടേറ്റുമുട്ടുമ്പോൾ കുലമഹിമയെ ച്ചൊല്ലി ദുരഭിമാനം കൊള്ളുന്നതു കാണാമെങ്കിലും തന്റെ പ്രിയജനങ്ങളുടെ കാര്യത്തിൽ ഒതേനന് ജാതി-മത പരിഗണനകളൊന്നുമുണ്ടായിരുന്നില്ല. അവരെല്ലാം ഒതേനനെ ജീവനുതുല്യം സ്നേഹിക്കുകയും ചെയ്തിരുന്നു.

കിടിലേരിക്കോലോത്ത് തടവിലായ ഒതേനനെ സ്വന്തം ജീവൻ പണയപ്പെടുത്തി രക്ഷിക്കുന്നത് ചോനവളപ്പിൽ ആലിക്കുട്ടിയാണ്. ഒതേനൻ

തടവിലായ വിവരമറിഞ്ഞ ആലിക്കുട്ടിയുടെ ഉമ്മ "കുറുപ്പിനെ രക്ഷിക്കാൻ പറ്റിയില്ലെങ്കിൽ നീയിങ്ങോട്ട് വരുകയേ വേണ്ട" എന്നു പറഞ്ഞാണ് മകനെ അയയ്ക്കുന്നത്.

മണിയൂരെടത്തിലെ കുങ്കനോട് പടവെട്ടി ഒതേനൻ തളർന്നുപോയ വിവരമറിഞ്ഞ് വടകര വീട്ടിലെ വിയ്യക്കുട്ടി പള്ളിയിൽ നമസ്കാരത്തിനു കൈ കെട്ടിനിൽക്കുന്ന കുഞ്ഞിപ്പോക്കറുടെ അടുത്തെത്തുന്നു:

"വടകരവീട്ടിലെ നേരാങ്ങളേ
തച്ചോളി ഒതേനൻ നേരാങ്ങള
കുങ്കനോട് കൊണ്ടുപൊയ്തോണ്ടിറ്റു
ആങ്ങള ഇപ്പം മരിക്ക്യെയുള്ളൂ,
നിക്കാരെളക്കെന്റെ നേരാങ്ങളെ."

അതുകേട്ടപാടെ നമസ്കാരപ്പായയിൽനിന്ന് പിടഞ്ഞെണീറ്റ് പട നിലത്തേക്കോടിയ കുഞ്ഞിപ്പോക്കർ ഒതേനനോട് വിളിച്ചുപറയുക യാണ്:

"തച്ചോളിനല്ലോമന കുഞ്ഞ്യൊതേനാ
ഞമ്മളെ ചെറുപ്പത്തിലാണൊതേനാ,
പെരിയൊളം കളിച്ച കളിയൊതേനാ,
ഇത്രവേഗം മറന്നുപോയോ ഒതേനാ."

ആ വാക്കു കേട്ടിട്ടാണ് കാലുകൊണ്ടു പൂഴി ചവിട്ടിപ്പറത്തുന്ന 'പൂഴി ക്കടകനടി' എന്ന പുതിയ പയറ്റുമുറ പ്രയോഗിച്ച് കുങ്കനെ ഒതേനൻ വീഴ്ത്തുന്നത്. കടത്തനാടൻ പയറ്റുമുറകളിൽ 'പൂഴിക്കടകനടി' പത്തൊ മ്പതാമത്തെ അടവായിത്തീർന്നത് അങ്ങനെയാണെന്നാണ് കഥ.

ഒതേനന് കരിവള്ളൂർ ഉമ്മാച്ചു എന്നുപേരായ ഒരു മുസ്ലിം സ്ത്രീകൂടി ഭാര്യയായി ഉണ്ടായിരുന്നുവെന്ന് മറ്റൊരു കഥയുണ്ട്. പുകയിലക്കച്ച വടക്കാരനായിരുന്ന കരിവെള്ളൂർ കാദറിന്റെ മകളായിരുന്നുവത്രെ ഉമ്മാച്ചു.

"പൂവാളിപ്പുതുതട്ടം കൊമ്പൻ തോട
പൂതിമോളേ ഉമ്മാച്ചോ നിന്നെക്കാണാൻ."

എന്ന് ഒതേനൻ ഉമ്മാച്ചുവിനെപ്പറ്റി പാടുന്നത് തച്ചോളിപ്പാട്ടുകളിൽ ചമൽക്കാരഭംഗിയോടെ വർണിക്കപ്പെട്ടിട്ടുണ്ട്.

തന്നെ ആശ്രയിച്ചു വന്നവരെയാരേയും ഒതേനൻ കൈവെടിഞ്ഞില്ല. അവർക്കുവേണ്ടി സ്വജീവൻ തൃണവൽഗണിച്ചും അയാൾ പോരാടി. ജീവനും സ്വത്തിനും സർവ്വത്ര അരക്ഷിതാവസ്ഥ നിലനിന്നിരുന്ന ആ ഫ്യൂഡൽ കാലഘട്ടത്തിൽ ഒതേനൻ അങ്ങനെ സാധാരണക്കാരുടെ രക്ഷനാവുകയായിരുന്നു.

പത്തൊമ്പതാം നൂറ്റാണ്ടിന്റെ അവസാനദശകങ്ങളിൽ കടത്തനാടൻ ഗ്രാമങ്ങളിൽ യാത്ര ചെയ്ത വില്യം ലോഗൻ അന്ന് ലഭ്യമായ വിവരങ്ങൾ വച്ച് ഇക്കാര്യം ചരിത്രപരമായിത്തന്നെ രേഖപ്പെടുത്തിയിട്ടുണ്ട്.

"ആദ്യമുണ്ടായ തച്ചോളിപ്പാട്ടിലെ വീരനായകനെപ്പറ്റി ഒട്ടേറെ കേട്ടുകേൾവികളുണ്ട്. അദ്ദേഹത്തെ വടക്കേ മലബാറിലെ റോബിൻഹുഡ് എന്നു വിശേഷിപ്പിക്കാം. അരോഗദൃഢഗാത്രനും ആയുധങ്ങൾ പ്രയോഗിക്കുന്നതിൽ അതിസമർത്ഥനുമായിരുന്നിരിക്കണം ഒതേനൻ. ഈ ഗുണവിശേഷങ്ങൾകൊണ്ട് തന്നിലേക്ക് വിപുലമായ ഒരു സമ്മിശ്ര ജനവിഭാഗത്തെ ആകർഷിക്കുവാൻ അദ്ദേഹത്തിനു കഴിഞ്ഞു. തന്റെ യൂറോപ്യൻ പതിപ്പായ റോബിൻ ഹുഡ്ഡിനെപ്പോലെ പണക്കാരിൽനിന്നു മോഷണം നടത്തി പാവങ്ങളെ സഹായിച്ചു തച്ചോളി ഒതേനൻ എന്നു പറഞ്ഞുകാണുന്നില്ല. അതേസമയം തനിക്കും തന്റെ അനുയായികൾക്കും വേണ്ടതായ കാര്യങ്ങൾ നേടിയെടുക്കുന്നതിന് ഏതു മാർഗവുമാകാമെന്ന പക്ഷക്കാരനായിരുന്നു ഒതേനൻ. അക്കാരണം കൊണ്ടുതന്നെ അധികാരികളുമായി അയാൾക്ക് നിരന്തരം ഇടയേണ്ടിവന്നു. കടത്തനാട്ടു രാജാവിന്റെ ആൾക്കാരിൽനിന്നു രക്ഷപ്പെടുന്നതിനുവേണ്ടി കവച്ചുചാടിയ തെന്നു പറയപ്പെടുന്ന ഒരു വലിയ കിണർ കുറുമ്പ്രനാടു താലൂക്കിൽപ്പെട്ട വടകരയ്ക്കടുത്ത് ഇപ്പോഴും അവിടത്തുകാർ ചൂണ്ടിക്കാണിച്ചുതരും. കാര്യമായ കേടുപാടുകളില്ലാത്ത നിലയിൽ നിൽക്കുന്ന വെട്ടുകല്ലിന്റെ ഈ കിണറിന് ഇരുപതടി ആറിഞ്ച് വ്യാസമുണ്ട്. കിണറിനു തൊട്ടുതന്നെ മൂന്നടി ഉയരമുള്ള ഒരു കരിങ്കൽത്തൂണും കാണാം. ഒരു കൈയിൽ കടയോടെ പറിച്ചെടുത്ത പിലാവും മറുകൈയിൽ ഈ കരിങ്കൽ സ്തൂപവുമായാണ് ഒതേനൻ കിണർ ചാടിയതെന്നാണ് കഥ." (ലോഗന്റെ മലബാർ മാന്വൽ.)

പക്ഷേ ഇന്ന് വടകര പ്രദേശങ്ങളിലന്വേഷിച്ചു നടന്നപ്പോൾ ആ കിണറിനെപ്പറ്റി ആർക്കും അറിഞ്ഞുകൂടാ. ഒരുപക്ഷേ, കിണർ കാലപ്രവാഹത്തിൽ തൂർന്നുപോയിരിക്കാം. ഞാനും ലോഗനും സഞ്ചരിച്ച സമയപഥങ്ങൾക്കിടയിൽ ഒരുനൂറ്റാണ്ടിലേറെക്കാലത്തിന്റെ ദൂരമുണ്ടല്ലോ.

"ഒതേനന് സ്മാരകം തച്ചോളിപ്പാട്ടിലെ മരിക്കാത്ത കഥകൾ തന്നെയാണ്."

കുഞ്ഞിരാമൻ നമ്പ്യാർ പറയുന്നു:

"ഒതേനൻ മജ്ജയും മാംസവുമുള്ള ഒരു മനുഷ്യനായി ഈ മണ്ണിൽ ജീവിച്ചിരുന്നു എന്ന കാര്യത്തിൽ ഞങ്ങൾക്ക് സംശയമൊന്നുമില്ല. കോലത്തിരിയുടെ സാമന്തനായിരുന്ന കോട്ടയാട്ട് വാഴുന്നവരുടെ (പുതുപ്പണം വാഴുന്നവരെന്നും പേരുണ്ട്) മകനായിരുന്നു ഒതേനൻ. അമ്മ തച്ചോളി മാണിക്കോത്തെ മേപ്പയിൽ ഉപ്പാട്ടിയമ്മയും.

നിങ്ങൾക്കറിയോ, തച്ചോളിപ്പാട്ടുകൾ സത്യമായ പാട്ടുകളാണ്."

കുഞ്ഞിരാമൻ നമ്പ്യാർ ആവേശത്തോടെ പറയുന്നു. വടക്കൻപാട്ടുകളിൽ മൂന്നുതരം പാട്ടുകളുണ്ടെന്നും അദ്ദേഹം വിശദീകരിക്കുന്നു:

"ഒന്ന് സത്യമായ പാട്ടുകൾ. മറ്റൊന്ന് അർദ്ധസത്യങ്ങൾ. മൂന്നാമത്തേത് സാങ്കല്പികമായ പാട്ടുകൾ."

"ഇവയിൽ തച്ചോളിപ്പാട്ടുകൾ മിക്കതും സത്യമാണ്. അവയുടെ സ്മാരകങ്ങളായി കുറെയൊക്കെ സ്ഥലങ്ങളും നിങ്ങൾക്ക് കടത്തനാട്ടിൽ കാണാൻ കഴിയും. പാലാട്ടു കോമനെക്കുറിച്ചുള്ള പാട്ടുകളും സത്യമായ പാട്ടുകളാണ്. പുത്തൂരം പാട്ടുകൾ പക്ഷേ അർദ്ധസത്യങ്ങളാണ്. കുറെയൊക്കെ സത്യം കണ്ടേക്കും. പക്ഷേ അവയുടെ സ്മാരകങ്ങളൊന്നും കടത്തനാട്ടിലില്ല."

"ചേകവന്മാർ 'പ്രൊഫഷണൽ ഫൈറ്റേഴ്സ്' ആയിരുന്നു. മറ്റുള്ളവർക്കുവേണ്ടി പ്രതിഫലം വാങ്ങിച്ച് അങ്കംവെട്ടിയിരുന്നവർ. ഈ നാട്ടിൽ പോരാളികളില്ലാതിരുന്ന കാലത്ത് ചേരമാൻ പെരുമാൾ ഓല എഴുതി അയച്ച് ഇഴുവത്തുനാട്ടിൽനിന്ന് (ശ്രീലങ്ക) ചേകോന്മാരെ വരുത്തി എന്നാണ് കഥ. ഒതേനൻ മറ്റുള്ളവർക്കുവേണ്ടി നിസ്വാർത്ഥമായി പോരാടുകയായിരുന്നു. അതും സ്വന്തം ഇഷ്ടത്തിനനുസരിച്ചുമാത്രം. എന്നാൽ ചേകോവന്മാർ കൂലിപ്പടയാളികളായിരുന്നു. നാടുവാഴികൾക്കുവേണ്ടി അങ്കംവെട്ടാൻ വിധിക്കപ്പെട്ടവർ. അന്ന് അവകാശത്തർക്കങ്ങൾ തീർക്കാൻ ആളങ്കവും കോഴിയങ്കവുമൊക്കെ ഉണ്ടായിരുന്നു. പക്ഷേ ഒതേനന്റെ കാലത്ത് അധികവും പൊയ്ത്താണ്. രണ്ടു പക്ഷക്കാർ തമ്മിൽ, രണ്ടു കളരികൾ തമ്മിൽ, ഒക്കെ ചേരിതിരിഞ്ഞുള്ള പടയായിരുന്നു പൊയ്ത്ത്. അവയ്ക്ക് പലപ്പോഴും സാമൂഹിക പ്രസക്തിയും ഉണ്ടായിരുന്നു. പിന്നെയുണ്ടായിരുന്നത് കുടിപ്പകയും വൈരവും വെച്ചുള്ള അങ്കങ്ങളായിരുന്നു."

വടക്കൻപാട്ടുകളുടെ സമസ്ത മേഖലകളേയുംകുറിച്ച് കുഞ്ഞിരാമൻ നമ്പ്യാർ പിന്നെയും പറഞ്ഞുകൊണ്ടിരുന്നു.

ഈ മനുഷ്യൻ ഒരു വിസ്മയമാണ്. വടക്കൻപാട്ടുകൾ മാത്രമല്ല വടക്കേ മലബാറിൽ നടപ്പുള്ള നാടോടിപ്പാട്ടുകളത്രയും ഹൃദിസ്ഥമാക്കിയ, ഒരു കഥാസാഗരം. അധ്യാപകനായിരുന്ന കുഞ്ഞിരാമൻനമ്പ്യാർ വടക്കൻ പാട്ട് കഥകൾ പാടിയും പറഞ്ഞും വളരെക്കാലം മലബാറിലെ ഗ്രാമ-ഗ്രാമാന്തരങ്ങളിൽ യാത്രചെയ്തിരുന്നു. അടുത്തകാലത്ത് വളരെ പ്രശസ്തമായിത്തീർന്ന 'മതിലേരിക്കന്നി' എന്ന പഴയ വടക്കൻപാട്ട് സമ്പാദിച്ചു പ്രസിദ്ധീകരിച്ചതും കുഞ്ഞിരാമൻ നമ്പ്യാരാണ്.

മതിലേരിക്കന്നി, വേണാടു പൂങ്കുയിലോംകന്നി, ചൂരിയമണിക്കന്നി

എന്നീ മൂന്നു സുന്ദരിമാരുടെ കഥയിലൂടെ പ്രണയത്തിന്റെയും രതി യുടെയും അപൂർവ്വമായൊരു സൗന്ദര്യം പ്രകാശിപ്പിക്കുന്ന 'മതിലേരി ക്കന്നി' എന്ന പാട്ടുകാവ്യം വടക്കൻപാട്ടുകളുടെ വികാസപൂർണമായൊരു ഭാവുകത്വത്തെയാണ് പ്രകാശിപ്പിക്കുന്നത്. അതിന്റെ മൗലികത യെക്കുറിച്ച് പണ്ഡിതന്മാർക്കിടയിൽ ഇപ്പോഴും തർക്കം നിലനിൽക്കുന്നു ണ്ടെങ്കിലും ഒരു വസ്തുത നമുക്ക് നിഷേധിക്കുവാൻ കഴിയില്ല.

വടക്കേ മലബാറിൽ വടക്കൻപാട്ടു പാരമ്പര്യം തനതായൊരു കാവ്യ-കലാ പാരമ്പര്യമായി എക്കാലത്തും നിലനിന്നിരുന്നു എന്ന ചരിത്ര സത്യമാണത്. ആ സാഹിത്യപാരമ്പര്യത്തിൽ പിന്നെയും പാട്ടുകളും എഴുത്തുകാരുമുണ്ടായിട്ടുണ്ട്. പലരും അജ്ഞാത നാമാക്കളായിരുന്നു. കാലഗണനവച്ച് ഈ പാട്ടുകളെ സമീപിക്കുമ്പോഴാണ് 'മുൻകാല ഭാവുകത്വം'. 'പിൽക്കാല ഭാവുകത്വം' എന്ന മട്ടിലുള്ള വിഭജനങ്ങളും തർക്കങ്ങളുമുണ്ടാവുന്നത്. വടക്കൻപാട്ടുകളെ കൃത്യമായി ഇന്ന കാല ത്തിലെ പാട്ടുകൾ എന്ന് നിർണയിക്കുവാൻ ഏതെങ്കിലും ചരിത്രകാരന് സാധിച്ചിട്ടുള്ളതായി ഇതുവരെയും അറിവില്ല.

കടത്തനാടിന്റെ ജീവിച്ചിരിക്കുന്ന കവയിത്രിയായ കടത്തനാട്ടു മാധവിയമ്മയെക്കൂടി സ്പർശിച്ചാലേ ഈ കാവ്യ പാരമ്പര്യചിന്ത പൂർത്തി യാവുകയുള്ളൂ. വടക്കൻപാട്ടു സംസ്കൃതിയിൽനിന്നു രൂപപ്പെട്ടുവന്ന ലാളിത്യപൂർണവും ഋജുവുമായ ഒരു കാവ്യാഖ്യാന പാരമ്പര്യത്തിലെ ഒടുവിലത്തെ കണ്ണിയാണ് കടത്തനാട് മാധവിയമ്മ. മാധവി അമ്മയുടെ കവിതകൾ ഈ മണ്ണിലെ ജീവിതംപോലെതന്നെ നൈസർഗ്ഗികവും സത്യസന്ധവുമാണ്. പക്ഷേ എന്തുകൊണ്ടോ ആ കവിതകൾ വേണ്ട വിധം സ്വീകരിക്കപ്പെടുകയോ കൊണ്ടാടപ്പെടുകയോ ഉണ്ടായില്ല. അതിലൊന്നും യാതൊരു പരിഭവവും പരാതിയും ഇല്ലാതെ ആ വലിയ കവയിത്രി കടത്തനാടിന്റെ മൗലികമായ ഭാവശുദ്ധിയായി. തച്ചോളി ഒതേ നനെക്കുറിച്ചുള്ള ആദ്യത്തെ ഗദ്യചരിതം എഴുതിയതും മാധവിയമ്മയാണ്. അതിനെക്കുറിച്ചുള്ള അനുഭവങ്ങളും അറിവും പങ്കുവയ്ക്കുവാനാണ് ഞങ്ങൾ കവയിത്രിയുടെ വീട്ടിലെത്തിയത്.

മാധവിയമ്മ പറഞ്ഞു:

"കുട്ടിക്കാലത്ത് വീട്ടിൽ പണിക്കു വരുന്നവർ പാടിക്കേട്ട പാട്ടുകൾ വച്ചാണ് ഞാൻ 'തച്ചോളി ഒതേനൻ' എന്ന പുസ്തകമെഴുതിയത്. അതിൽ കുറച്ചു കഥകളേയുള്ളൂ. ഇവിടങ്ങളിലൊക്കെ അന്വേഷിച്ചു നട ന്നാൽ ഇനിയും ധാരാളം പാട്ടുകൾ കിട്ടും. ഒതേനന്റെ കഥയറിയാത്ത ഒരൊറ്റക്കുട്ടിയും ഇവിടെ ഉണ്ടാവില്ല."

മാധവിയമ്മയ്ക്ക് തീരെ വയ്യാതായിരുന്നു. ചെവിയും പതുക്കെയാ

ണ്. എങ്കിലും കടത്തനാടിന്റെ കഥകൾ തേടിയിറങ്ങിയ ഞങ്ങളെ ആ അമ്മ നിറഞ്ഞ വാത്സല്യത്തോടെ അനുഗ്രഹിച്ചു.

ആ അനുഗ്രഹത്തിൽനിന്ന് ഞങ്ങൾ പിന്നെ ഒതേനന്റെ നിത്യ സ്മാരകമായ തച്ചോളി മാണിക്കോത്തു തറവാട്ടിലേക്കു നടന്നു.

വടകര പുതിയ ബസ്സ്റ്റാന്റിൽനിന്ന് മൂന്നു കിലോമീറ്റർ ദൂരെയാണ് ഈ സ്ഥലം. പഴയ തച്ചോളി മേപ്പയിൽ തറവാടു നിന്ന സ്ഥലത്ത് പിതൃ ദേവതയായി ഒതേനന്റെ സാന്നിധ്യം സങ്കല്പിച്ച് ഒരു ക്ഷേത്രവും തച്ചോളിക്കളരിയും നിലകൊള്ളുന്നു. ഇപ്പോൾ എൻ.എസ്.എസ്.ന്റെ കൈവശമുള്ള ഈ ഒതേനൻ സ്മാരകത്തിൽ കുട്ടികളെ കളരിപ്പയറ്റ് പരിശീലിപ്പിക്കുന്നുണ്ട്.

തച്ചോളിത്തറവാട്ടിലെ വംശപരമ്പരകളുടെ അവസാനത്തെ കണ്ണിയായ ദേവകിയമ്മ പറഞ്ഞു:

“കഥകളൊന്നും എനിക്കറിഞ്ഞുകൂടാ. തച്ചോളിക്കാർക്ക് 64 കണ്ടി പറമ്പുണ്ടായിരുന്നു എന്നു കേട്ടിട്ടുണ്ട്. ഇപ്പളീ കാണുന്നതൊക്കേ ഉള്ളൂ. എന്റച്ഛൻ കുഞ്ഞിക്കേളുക്കുറുപ്പായിരുന്നു തറവാട്ടിലെ ഒടുക്കത്തെ ആൺതരി. അച്ഛൻ മരിച്ചിട്ട് 59 കൊല്ലം കഴിഞ്ഞു. എനിക്കാണെങ്കിൽ കുട്ടികളില്ല. എന്റെ കാലം കഴിഞ്ഞാൽ ഈ തറവാടിന്റെ കാലവും കഴിഞ്ഞു.”

“ഒതേനനെ കാണണങ്കിൽ നിങ്ങള് തച്ചോളിക്കാവിലെ തെറയ്ക്ക് വരീൻ. ഏതൊക്കെ നാട്ടീന്ന് വന്നുകൂടും ആൾക്കാർന്നറിയ്യോ? അപ്പോ ക്കാണാം ഒതേനന്റെ പടപ്പുറപ്പാടിന്റെ ചന്തം.”

പിന്നെ ഞങ്ങൾ കഥകളുറങ്ങിക്കിടക്കുന്ന അറുപത്തിനാലു കണ്ടി പറമ്പുകളിലൂടെ നടന്നു. എകർന്ന പറമ്പും കിടങ്ങുപോലെ താഴ്ന്ന ഇടവഴിയുമായി കിടക്കുന്ന ഒതേനന്റെ സ്മൃതിനിലങ്ങൾ.

ഈ വഴിയാണ് പൊന്നിയം പടകഴിഞ്ഞ്, നെറ്റിക്കു വെടികൊണ്ടിട്ടും തളരാൻ കൂട്ടാക്കാതെ, ചങ്ങാതിമാരുടെ കൈപിടിക്കാൻപോലും സമ്മതിക്കാതെ ഒതേനൻ നടന്നുവന്നത്.

വെടികൊണ്ടതറിഞ്ഞ് കരഞ്ഞുവിളിച്ച ഏട്ടനോട് ഒതേനൻ പറഞ്ഞു:

“പൊന്നിയത്താളേറെ കൂടീട്ടുണ്ട്
പായ്യാരം കൂട്ടല്ലേ നിങ്ങളേട്ടാ.
ജനിച്ചവർക്കെല്ലാം മരണമുണ്ട്.
പലരേയും നമ്മൾ കരയിച്ചില്ലേ,
നമ്മളുമൊരിക്കൽ കരഞ്ഞിടേണ്ടേ?”

പോകാൻ മഞ്ചലു വരുത്തട്ടെ എന്നു ചേട്ടൻ ചോദിച്ചു. “കേൾവി കേട്ട ഒതേനൻ പൊന്നിയം പടയ്ക്കു പോയിട്ട് നടന്നുപോവാൻ കഴിയാതെ മഞ്ചലിൽ പോയി എന്ന് മാലോകരെക്കൊണ്ട് പറഞ്ഞു പരിഹസിക്കാ

നിടവരുത്തേണ്ട" എന്ന് ഒതേനൻ ഏട്ടനെ തടഞ്ഞു. 'കൈപിടിക്കട്ടെ' എന്ന് സുഹൃത്തായ പയ്യംപിള്ള ചന്തു ചോദിച്ചു. "തച്ചോളിത്തറവാട്ടി ലെത്തുംവരെ എന്റെ കൈ ആരും പിടിക്കേണ്ട" എന്നു പറഞ്ഞ് മുറിവേറ്റ നെറ്റി മുറുക്കിക്കെട്ടി ഒതേനൻ നടന്നു.

വഴിയിൽ പെരിങ്ങണ്ടനാണ്ട പുഴ കടന്ന് പിന്നെയും നടന്ന് കല്ലടിയ നെന്ന പറമ്പിലെത്തി.

"കല്ലിടിയനെന്ന പറമ്പെന്റേട്ടാ
നമ്മുടെ പറമ്പല്ലേ എന്റെ ഏട്ടാ
കല്ലിടിച്ചായിരം തൈവെച്ചതിൽ
അഞ്ഞൂറു തെങ്ങ് കുലച്ചിട്ടുണ്ട്
വെള്ളം നനച്ചു വളർത്തിയത്
കാവിലെ ചാത്തോത്തു കുങ്കിയാണ്
കുലച്ച തെങ്ങറുപതുതെങ്ങുള്ളത്
കുങ്കിക്ക് നിങ്ങൾ കൊടുക്കവേണം
നടയിലൊരേഴ്വരി തെങ്ങുള്ളത്
ഇളനീർക്കൊതിയനെന്റമ്പാടിയോ
എഴുതാൻ കളരിക്കുപോന്നേരവും
എഴുതിക്കളെരീന്ന് വരുന്നേരവും
ഇളനീർ കുടിക്കാൻ കൊടുക്കവേണം."

ഇങ്ങനെ ഓരോരോ കാര്യങ്ങളും പറഞ്ഞേല്പിച്ച് തച്ചോളിത്തറവാടു വരെ ഒതേനൻ നടന്നു. കാലുകഴുകി കളരിയിൽക്കയറി 'പൊന്നിന്മേൽ കെട്ടിച്ച ഉറുമിവാലും', 'പൊന്തുളിപറ്റിയ മണിപ്പലിശ'യും പതിവുപോലെ ഇടത്തും വലത്തുമായിവച്ചു. നേർപെങ്ങൾ ഉണ്ണിച്ചിരുതയോടും ഭാര്യ കുഞ്ഞിക്കുങ്കി (കുഞ്ഞിച്ചീരു)യോടും മകൻ അമ്പാടിയോടും വർത്തമാന ങ്ങളേറെ പറഞ്ഞു. താക്കോൽക്കൂട്ടം ഏട്ടനെ ഏല്പിച്ചു. പയ്യംപിള്ളി ചന്തുവിന്റെ കൈയിൽനിന്ന് ഇളനീർ വാങ്ങിക്കുടിച്ച്, നെറ്റിയിലെ കെട്ടഴിച്ച് പൊൻചൂരൽക്കട്ടിന്മേൽ നിവർന്നുകിടന്നു മരിച്ചു.

പക്ഷേ, മലയാൺമയുടെ മഹാചരിതങ്ങളിൽ ഒതേനൻ മരിക്കു ന്നില്ല.

തച്ചോളിക്കാവിലെ തിറയാട്ടുത്സവത്തിന് എല്ലാ കൊല്ലവും ഒതേനൻ, 'തിറ'യായി പുനർജ്ജനിക്കുന്നു. മരിക്കാത്ത കഥകളിൽനിന്ന് ഉറുമി വീശുന്നു.

നാടോടിക്കഥയിലെ പഴയ പോരാളി മൃതിയുടേയും മറവിയുടെയും പൊയ്ത്തുനിലങ്ങളിൽ പോരാടി ജയിക്കുകയാണ്. സ്മൃതിയുടെ ജനിതക വീര്യത്തിൽനിന്ന് ഗോത്രജീവന്റെ ശുദ്ധിയെ തുയിലുണർത്തിയും വർഗ്ഗ

സമരങ്ങളുടെ പോർനിലങ്ങളിൽ പടനയിച്ചും സ്വത്വാഭിമാനത്തിന്റെ അവസാന ശ്വാസംവരെയും താൻപോരിമ വിടാതെയും തോൽക്കാത്ത, മരിക്കാത്ത ഒതേനൻ ഇവിടെ ഇന്നുമുണ്ട്.

മൂന്ന്

ചെമ്മരത്തൂരിൽ ചെന്നിറങ്ങിയത് കപ്പുള്ളി പാലാട്ടെ കോമന്റെ കഥകളിലേക്കാണ്.

വെങ്ങാല മലയുടെ ചുവടെ കേളൻകുഴിപാടം. കേളൻ കുഴി പാടത്തിന്റെ ഇരുകരകളിലുമായി പാലാട്ടുകോമന്റെ കഥകൾ നെഞ്ചിലേറ്റിക്കിടക്കുന്ന കുറെ ഐതിഹ്യഭൂമികളും പഴമനസ്സുകളും.

ചെമ്മരത്തൂരങ്ങാടിയിൽനിന്ന് കോമന്റെ പിൻമുറക്കാരായ അച്യുതക്കുറുപ്പിനെയും മുരളിയെയും കൂട്ടിനു കിട്ടി. അവരാണ് കപ്പുള്ളി പാലാട്ടു തറവാടിന്റെ ഇന്നത്തെ ചരിത്രം പറഞ്ഞുതന്നത്.

ചക്ക്യേരികപ്പുള്ളി, പനയംകുളങ്ങര, ചിറ്റയിൽ, വെള്ളാച്ചേരി, എടവത്ത് എന്നിങ്ങനെ നിരവധി ശാഖോപശാഖകളായി പിരിഞ്ഞ് കപ്പുള്ളി പാലാട്ടു തറവാട് (കപ്പള്ളി പാലയാട്ട് എന്നാണ് ഇവിടങ്ങളിൽ നടപ്പുള്ള പേര്) ചെമ്മരത്തൂരിൽ ചിതറിക്കിടക്കുന്നു. കപ്പുള്ളി പാലാട്ടെ പരദേവതയുടെ ക്ഷേത്രം (മേക്കോത്ത്) ഇന്ന് ചക്ക്യേരിക്കാരുടെ മേൽനോട്ടത്തിലാണ്. എങ്കിലും പാലാട്ടുകോമൻ എല്ലാവർക്കും ഇന്നും കാരണവരാണ്. പിതൃദേവതയായി കോമൻ സാന്നിധ്യം കൊള്ളുന്ന കപ്പുള്ളി ക്ഷേത്രത്തിൽ എല്ലാവരും ചേർന്ന് കൊല്ലംതോറും 'കോമൻതിറ' ആചരിക്കുകയും ചെയ്യുന്നു.

പ്രസിദ്ധമാണ് കപ്പുള്ളി ക്ഷേത്രത്തിലെ തിറയാട്ടം. ഒതേനന്റെ തിറപോലെതന്നെ നാനാദേശങ്ങളിൽനിന്ന് ആളുകളെ ആകർഷിക്കുന്ന ദേശീയോത്സവം.

കോമന്റെ കഥകളന്വേഷിച്ചു നടന്ന ഞങ്ങളുടെ കൂടെക്കൂടിയ നാട്ടുകാർ പറഞ്ഞു:

"നിങ്ങൾ തിറയ്ക്കു വരണം. എന്നാലേ കോമന്റെ ഊറ്റമറിയൂ."

ഈ മണ്ണിൽ മരിച്ചുപോയ മഹാന്മാരെല്ലാം ഇങ്ങനെ തെയ്യമോ തിറയോ ആയി പുനർജ്ജനിക്കുന്നു. മർത്ത്യസൗന്ദര്യത്തിന്റെ അമർത്ത്യതയിൽനിന്ന് ഏഴഴകും കെട്ടിയിറങ്ങി ദൈവപദമാടുന്നു.

കാരണവപൂജയുടെ ഈ പാരമ്പര്യ വഴക്കമനുസരിച്ച് പാലാട്ടു കോമനും ഇവിടെ ദൈവമായിരിക്കുന്നു. തൊണ്ണൂറാം വീട്ടിലെ കുറുപ്പന്മാരെ പേടിച്ച് പതിനാറു വയസ്സുവരെ കപ്പുള്ളി പാലാട്ടെ

കൊങ്കിയമ്മ അറയിലിട്ടു വളർത്തിയ കോമൻ.

തീർത്താൽ തീരാത്ത കുടിപ്പകയായിരുന്നു തൊണ്ണൂറാം വീട്ടുകാരും കപ്പുള്ളി പാലാട്ടുകാരും തമ്മിൽ. കപ്പുള്ളി പാലാട്ട് ഒരൊറ്റ ആൺ തരിയേയും ബാക്കിവയ്ക്കില്ലെന്നു പ്രതിജ്ഞയെടുത്ത്, കൊങ്കിയമ്മ പ്രസവിച്ച ഒമ്പതാൺമക്കളേയും തൊണ്ണൂറാംവീടന്മാർ കൊന്നുകളഞ്ഞു. പത്താമതും ആൺകുട്ടിയെ പ്രസവിച്ചപ്പോൾ 'പെറ്റതു പെണ്ണിനെയാ' ണെന്ന് വയറ്റാട്ടി ആർച്ചയെക്കൊണ്ട് കൊങ്കിയമ്മ നുണ പറയിച്ചു. കുറുപ്പന്മാർ നേരിട്ടറിയാൻ വന്നപ്പോൾ തെക്കേലെ ഉണിച്ചിരുത പെറ്റ പെൺകുട്ടിയെ പകരം വാങ്ങിക്കിടത്തി കോമനെ രക്ഷിച്ചു.

പിന്നെ പതിനാറുവർഷം പുറത്തിറക്കാതെ കല്ലറയിലിട്ടു വളർത്തി. മൂന്നുവയസ്സിൽ മുടിയിറക്കി, അഞ്ചുവയസ്സിൽ കാതുകുത്തി, ഏഴു വയസ്സിൽ എഴുത്തിനാക്കി; പിന്നെ തുളുനാട്ടിൽനിന്ന് ഗുരുക്കളെ വരുത്തി പയറ്റുവിദ്യകളൊക്കെയും പഠിപ്പിച്ചു.

കപ്പുള്ളി പാലാട്ടെ തറവാട്ടുപറമ്പിൽ കോമന്റെ കല്ലറ നിന്നിരുന്ന സ്ഥാനത്ത് ഇന്ന് കോമനൊരു മണ്ഡപമുണ്ട്. മണ്ഡപത്തിൽ കോമന്റെ കട്ടിലെന്നു സങ്കല്പിച്ച് ഒരു കട്ടിൽ സ്ഥാപിച്ചിരിക്കുന്നു.

യഥാർത്ഥത്തിൽ കോമന്റേതുതന്നെയായിരുന്ന കട്ടിൽ കാലപ്പഴക്കം കൊണ്ട് ദ്രവിച്ചുപോയപ്പോൾ പുതുതായി പണിയിച്ചിട്ട കട്ടിലാണ് ഇപ്പോഴുള്ളത്. പഴയ കട്ടിലിന്റെ മേൽക്കട്ടിന്മേലുണ്ടായിരുന്ന ദാരുശില്പ ങ്ങൾ മണ്ഡപത്തിന്റെ മുഖപ്പിൽ പതിച്ചുവച്ചിട്ടുണ്ട്.

സവിശേഷമായ രീതിയിൽ കൊത്തിയെടുക്കപ്പെട്ട മനോഹരമായ രതി ശില്പങ്ങളാണവ. കാലപ്പഴക്കംകൊണ്ട് ശില്പങ്ങൾക്ക് കാര്യമായ മങ്ങലൊന്നുമേറ്റിട്ടില്ല. മരത്തിൽ വിസ്മയങ്ങൾ തീർത്തിരുന്ന പഴയ കടത്തനാടൻ ശില്പികളുടെ അപൂർവ്വ സംഭാവനകളാണീ ശില്പങ്ങൾ.

രതിവൈകൃതങ്ങൾ നിറഞ്ഞ ഈ ശില്പങ്ങൾ തന്റെ കട്ടിലിന്മേൽ കൊത്തിവയ്ക്കുവാൻ കോമനെ പ്രേരിപ്പിച്ച ചേതോവികാരമെന്താവും?

ഞാൻ വിചാരിച്ചു.

ഒരുപക്ഷേ പതിനാറു വയസ്സുവരെ അമ്മയെയല്ലാതെ മറ്റൊരു സ്ത്രീയേയും കാണാതെ വളർന്ന ഒരു പുരുഷന്റെ മനസ്സിലെ വൈകൃത ങ്ങളാവാം.

അതുകൊണ്ടാണല്ലോ പതിനാറാം വയസ്സിൽ കല്ലറ ഭേദിച്ചു പുറ ത്തിറങ്ങിയ കോമൻ പെണ്ണുങ്ങൾ കുളിക്കുന്ന കുളക്കടവിൽ എത്തി നോക്കാൻ പോയത്.

എന്തെന്തു നാടകീയമായ കാവ്യസന്ദർഭങ്ങളാണ് നാടോടിക്കവി പാട്ടിൽ വരച്ചുവയ്ക്കുന്നത്!

കോമൻ കുളക്കടവിൽ ചെന്നെത്തിനോക്കിയപ്പോൾ കണ്ട പെണ്ണ് നിത്യശത്രുക്കളായ തൊണ്ണൂറാംവീടന്മാരുടെ നേർപെങ്ങൾ ഉണ്ണിയമ്മ.

പ്രഥമ ദർശനത്തിൽത്തന്നെ കോമനും ഉണ്ണിയമ്മയും അനുരാഗ ബദ്ധരായി. കുളിക്കാൻ എണ്ണ ചോദിച്ചും താളി ചോദിച്ചും കോമൻ കുള ക്കടവിൽ ചുറ്റിപ്പറ്റിനിന്നു.

ഉണ്ണിയമ്മയുടെ കൂടെ കുളിക്കാൻ വന്ന നുണച്ചുണ്ടിയായ ജ്യേഷ്ഠത്തി ഉണിച്ചിരുതയ്ക്ക് കാര്യം പിടികിട്ടി. 'അടുപ്പത്തിട്ട അരി വെന്തുപോകു'മെന്നു പറഞ്ഞ് അവൾ പെട്ടെന്ന് കുളിച്ചുകയറിപ്പോയി.

ഒന്നിനു പത്തായി ഉണിച്ചിരുത പറഞ്ഞുകേട്ട ഏഷണികേട്ട്, നേർ പെങ്ങൾ കുളിക്കുന്ന കടവിലിറങ്ങിയ തെമ്മാടിയെ വകവരുത്താൻ തൊണ്ണൂറാംവീട്ടിലെ ഏഴു സഹോദരന്മാർ വാളും കുന്തവും വീശൽ വലയുമായി കുളക്കടവിലെത്തി.

"അതുതാനേ കണ്ടവൾ ഉണ്ണിയമ്മ
നേരിയ ശീലാ എടുത്തുചുറ്റി
അരയോളം വെള്ളത്തിൽ ഇറങ്ങുന്നുണ്ട്
മുടിയും അഴിച്ചിട്ടുനിന്നു പെണ്ണ്
മുടിച്ചോട്ടിൽ കോമനെ നിർത്തുന്നുണ്ട്.
അമ്പോല പൊട്ടിച്ചു തലയിൽ വെച്ചു
ചണ്ടി വലിച്ചു തലയിൽ ഇട്ടു
കാലും കവച്ചങ്ങു നിന്നു പെണ്ണ്."

ആങ്ങളമാർ ചാട്ടുളി എയ്തിട്ടും വലവീശി നോക്കിയിട്ടും ആരേയും കിട്ടിയില്ല. "പെങ്ങന്മാർ കുളിക്കുന്ന കടവിൽ ആങ്ങളമാർ വന്നുനിൽക്കു ന്നത് നാട്ടുകാർ കണ്ടാൽ കുറച്ചിലല്ലേ" എന്ന ഉണ്ണിയമ്മയുടെ ചോദ്യം കേട്ട് ലജ്ജിതരായി അവർ തിരിച്ചുപോയി.

ഇരട്ടക്കുളങ്ങര ക്ഷേത്രവളപ്പിൽക്കാണുന്ന പായൽ പിടിച്ച പഴയ കുള മാണ് ഉണ്ണിയമ്മ പണ്ടു കുളിച്ച കുളമെന്ന് നാട്ടുകാരിന്നും ചൂണ്ടി ക്കാണിച്ചുതരുന്നു.

ഒരുപക്ഷേ ആയിരിക്കാം. കാലപ്രവാഹത്തിൽ തൂർന്നുപോവാൻ കൂട്ടാക്കാതെ പ്രണയത്തിന്റെ ഈ പഴയ ജലാശയം പായൽ മൂടിക്കിട ക്കുകയാവാം.

രതിഗന്ധമുള്ള ചിത്രങ്ങളിലൂടെ വടക്കൻപാട്ടുകവി സൃഷ്ടിക്കുന്ന പ്രണയത്തിന്റെ വാങ്മയം ഇവിടെ ഇപ്പോഴും കവിതയായി പെയ്തുനിറ യുന്നു.

എത്ര കാവ്യാത്മകമായാണ് കോമന്റെയും ഉണ്ണിയമ്മയുടെയും പ്രണ യസമാഗമങ്ങൾ നാടോടിക്കവി ചിത്രീകരിച്ചിരിക്കുന്നത്!

തൊണ്ണൂറാം വീടിന് കാവൽനിൽക്കുന്ന ആനയ്ക്ക് കരിമ്പു കൊടുത്തും കൂറ്റനു പുല്ലുകൊടുത്തും തത്തയ്ക്ക് പഴം കൊടുത്തും മയക്കിക്കിടത്തി, കദളിവാഴത്തോട്ടത്തിലെത്തി, വാഴയില ചീന്തി അടയാളസ്വരം കേൾപ്പിച്ച കോമനെ നിലാവിലിറങ്ങിവന്ന ഉണ്ണിയമ്മ അഴിച്ചിട്ട തലമുടിയിലൊളിപ്പിച്ച് തന്റെ അറയിലെത്തിക്കുന്ന രംഗം ലോകത്തിലെ ഏതു കാല്പനിക കാവ്യത്തോടും കിടപിടിക്കാൻ പോന്ന കാവ്യലാവണ്യം തികഞ്ഞതാണ്. സംസ്കൃത സാഹിത്യത്തിലെ ഋശ്യ ശൃംഗനെപ്പോലെ പെണ്ണെന്തെന്നറിയാത്ത കോമന്റെ രതിവിസ്മയങ്ങൾ ചിത്രീകരിക്കുമ്പോഴും എത്രമാത്രം യുക്തിസഹവും ഔചിത്യപൂർണ വുമായ നിറക്കൂട്ടുകളാണ് വടക്കൻപാട്ടുകവി ചാലിച്ചുവയ്ക്കുന്നത്!

മാറാലെ മാറും തഴുകി കോമൻ
കൊങ്കത്തടത്തിലും കയ്യുചെന്നു
ചുംബനം ചെയ്തു രസിച്ചുകൊണ്ടും
....
കോമൻ തളർന്നുകിടന്നുപോയി.
അപ്പഴേ ചോദിച്ചു ഉണ്ണിയമ്മ
നിങ്ങടെ മോഹം ശമിച്ചുപോയോ?

ഈ ഔചിത്യദീക്ഷ തിരിച്ചറിയണമെങ്കിൽ മറ്റൊരു വടക്കൻപാട്ടു കഥയിലെ രതിവർണനയുമായി ഈ സന്ദർഭത്തെ താരതമ്യപ്പെടുത്തി നോക്കണം. കൊടുമല കൊങ്കിയുടെ പാട്ടുകഥയിൽ ആണുങ്ങളെ കണ്ടാൽ മാനിക്കാത്ത കൊങ്കിയുമായി കണ്ടാച്ചേരി ചാപ്പൻ സഹശയനം നടത്തുന്ന രംഗം വർണിക്കുന്നുണ്ട്.

"കെട്ടിപ്പിടിച്ചു തഴുകുന്നുണ്ടേ,
നന്നായ്പ്പുണരുന്നിതിരുവരല്ലാണ്
പഞ്ചാരിയഞ്ചും പിഴവു തീർത്തു
താളം കലാശിച്ച നേരത്തിങ്കൽ
നേരവും താനേ പുലർന്നുപോയി
മോഹവും ഒട്ടുമേ ശമിച്ചവർക്ക്
കൊങ്കീടെ കാര്യം പറവാനില്ല."

വളരെ ഗ്രാമ്യമായ രൂപകങ്ങളിൽ രതിയുടെ തീക്ഷ്ണസൗന്ദര്യങ്ങൾ നാടോടിക്കവി നമ്മെ അനുഭവിപ്പിക്കുന്നു.

നാലഞ്ചു നൂറ്റാണ്ടുകൾ പഴക്കമുള്ള മലയാളകവിതയുടെ മൗലിക മായ ഈ തനതുമൊഴിച്ചന്തങ്ങൾ നാമിന്ന് ജീവിതത്തിന്റെ പുറമ്പോക്കി ലുപേക്ഷിച്ചിരിക്കുന്നു.

മേക്കോത്തു താഴത്തുനിന്ന് ഞങ്ങൾ കേളൻ കുഴി പാടത്തിറങ്ങിയ പ്പോൾ ഞാറുനടുന്ന കർഷകപ്പെൺകിടാങ്ങൾ വടക്കൻപാട്ടു പാടുകയാ യിരുന്നു. ഗ്രാമീണ വഴക്കങ്ങളിലെ തനതായ ഈണത്തിൽ.

പരിഷ്കൃത നാഗരിക ജീവിതം ആലക്തിക പ്രഭാപ്രളയംകൊണ്ട് പാതാളത്തിലേക്കു ചവിട്ടിത്താഴ്ത്തിയ നാട്ടുവെളിച്ചത്തിന്റെ പാട്ടുകളെ മണ്ണിനെ സ്നേഹിച്ച പണിയാളർ വീണ്ടെടുക്കുകയാണ്.

പാട്ടുപാടുന്ന പൊക്കിയും കൂട്ടരും കടത്തനാട്ടെ മികച്ച വടക്കൻപാട്ടുകാരാണെന്ന് അച്യുതക്കുറുപ്പ് പറഞ്ഞു.

"ഇവിടെ ഇന്നും പെണ്ണുങ്ങൾ പാടത്തിറങ്ങിയാൽ പാട്ടുപാടാതെ കേറില്ല. തച്ചോളിപ്പാട്ടും കളിയുമൊക്കെ ഞങ്ങൾക്കിപ്പോഴും നിത്യജീവിതത്തിലെ ചിട്ടവട്ടങ്ങളിൽപ്പെട്ട കാര്യങ്ങളാണ്."

പരന്നപാടം നടന്നുകയറുവോളം പൊക്കിയുടെ പാട്ട് ഞങ്ങളെ പിന്തുടർന്നുപോന്നു.

മേലെ വെങ്ങാലമലയാണ്. മലയുടെ അങ്ങേച്ചെരിവിൽ മയങ്കളം. അവിടെയാണത്രെ പാലാട്ടു കോമൻ അങ്കംപിടിച്ച അങ്കച്ചാല്.

"അങ്കച്ചാലിലിപ്പോൾ ആത്മഹത്യ ചെയ്യാനുള്ളവർ മാത്രമേ പോവാറുള്ളൂ. ഭൂതപ്രേതങ്ങളുടെ ആവാസഭൂമിയാണതെന്നാണ് വിശ്വാസം."

വീരസ്മരണകളുടെ പോർനിലങ്ങൾ പ്രേതഭൂമികളായിത്തീരുന്നതിനെപ്പറ്റി ഞാനപ്പോൾ വെറുതെ വിഷാദിച്ചു.

കടത്തനാട്ടു രാജാവിന്റെ ആസ്ഥാനം തേടിയാണ് പിന്നെ ഞങ്ങൾ ദീർഘദൂരം യാത്രചെയ്ത് പുറമേരിക്കടുത്ത് കുറ്റിപ്പുറത്തെത്തിയത്. കടത്തനാട്ടു രാജാവിന്റെ തലസ്ഥാനമായിരുന്നുവല്ലോ കുറ്റിപ്പുറം.

പക്ഷേ കുറ്റിപ്പുറം കോവിലകം അഞ്ചാറുവർഷം മുമ്പ് പൊളിച്ചുകളഞ്ഞതായി നാട്ടുകാർ പറഞ്ഞു. കോവിലകം നിന്നിരുന്ന സ്ഥലം ഇടിച്ചുനിരത്തി വാഴ വച്ചിരിക്കുന്നത് അവർ കാണിച്ചുതന്നു.

പഴയ കോവിലകം മണ്ണിനോടു ചേർന്നുകിടക്കുന്ന വെൺപറമ്പിൽ ഞാനൊറ്റയ്ക്കു നടന്നു.

പുറമേരിക്കോലോത്തെ തമ്പുരാന്റെ ആനയെ വീണ്ടെടുത്ത്, കോവിലകത്തെ കന്യകയേയുംകൊണ്ട്, കുറ്റിപ്പുറം കോലോത്തെ തമ്പുരാന്റെ ഒമ്പതു കുടത്തിലെ പൊന്ന് സമ്മാനമായി നേടാൻ ആനപ്പുറത്ത് തച്ചോളി ഒതേനൻ വന്നിറങ്ങിയ കോവിലകത്തെ നടവഴികളിൽ കാലം പൊടിയണിഞ്ഞുകിടന്നു.

കോലത്തിരിനാടിന്റെ സാമന്തന്മാരായിരുന്ന കടത്തനാട്ടു രാജാക്കന്മാർ വടക്കേ മലബാറിന്റെ ചരിത്രത്തിൽ നിർണായകമായ സ്ഥാനം നേടിയവരായിരുന്നു. സംസ്കൃതത്തിൽ 'ഘടോൽക്കചക്ഷിതി' എന്നറിയപ്പെടുന്ന കടത്തനാടിന്റെ സാമ്രാജ്യം കോരപ്പുഴ തൊട്ട് മയ്യഴി വരെ വ്യാപിച്ചുകിടന്നു.

കോഴിക്കോടിനടുത്തുള്ള വരയ്ക്കൽ ആയിരുന്നു കടത്തനാട്ടു വംശത്തിന്റെ ആദ്യത്തെ ആസ്ഥാനം. സാമൂതിരി പോളനാട് പിടിച്ചടക്കിയതിനെത്തുടർന്ന് പോർളാതിരി രാജവംശത്തിൽ അവകാശമുണ്ടായിരുന്ന

ഒരു രാജകുമാരിയെ കോഴിക്കോട്ടുനിന്നും ബഹിഷ്കരിക്കുകയുണ്ടായി. ആ രാജകുമാരിയെ ഒരു കോലത്തിരി രാജകുമാരൻ വിവാഹം ചെയ്തു. അങ്ങനെയാണ് കടത്തനാട്ടു രാജവംശം ഉണ്ടായത് എന്നാണു കഥ. കോലത്തിരിക്കും സാമൂതിരിക്കും അങ്ങോട്ടുമിങ്ങോട്ടും പോകുവാൻ ഇടയിൽക്കിടന്ന ഈ നാട് കടക്കണമായിരുന്നു. അങ്ങനെയാണത്രെ 'കടത്തനാടെന്ന പേരുണ്ടായത്. യൂറോപ്യൻ രേഖകളിലും മലബാർ മാന്വലിലുമൊക്കെ കടത്തനാട്ടു രാജാവ് 'ബടകരബാവനോർ' ആണ്. വടകര വാഴുന്നവർ എന്ന സ്ഥാനപ്പേരിന്റെ ഇംഗ്ലീഷ് രൂപാന്തരമാണിത്. 17-ാം നൂറ്റാണ്ടിന്റെ അവസാനംവരെ കോലത്തിരിക്ക് വിധേയനായിരുന്ന വടകര വാഴുന്നവർ 1750-ൽ കോലത്തിരിയുടെ അനുവാദത്തോടുകൂടി 'രാജാവ്' എന്ന സ്ഥാനപ്പേര് ഔപചാരികമായി സ്വീകരിച്ചു.

പോർട്ടുഗീസുകാരുടേയും ഡച്ചുകാരുടെയും ഫ്രഞ്ചുകാരുടെയും വരവോടുകൂടി സങ്കീർണമായിത്തീർന്ന വടക്കേ മലബാറിലെ രാഷ്ട്രീയാധികാരങ്ങളിൽ കടത്തനാട് എന്നും നിർണായക ശക്തിയായിരുന്നു.

ബ്രിട്ടീഷുകാർ അടുത്തൂൺ നൽകി രാഷ്ട്രീയാധികാരത്തിൽനിന്നു മാറ്റിനിർത്തിയ കടത്തനാട്ടു രാജവംശം പിന്നീട് ആയഞ്ചേരി കോവിലകമെന്നും എടവലത്തു കോവിലകമെന്നും രണ്ടായി പിരിഞ്ഞു.

പുറമേരിയിൽ ഒരു കോവിലകം ഇപ്പോഴും പൊളിക്കാതെ ബാക്കിയുണ്ടെന്ന് നാട്ടുകാരിൽ ചിലർ പറഞ്ഞുതന്നു.

അല്ലിമലർക്കാവിൽ കൂത്തുകാണാൻ പോയ ഉണ്ണിയാർച്ച, തന്നെ ബലമായി പിടിച്ചുകൊണ്ടുപോകുവാൻ വന്ന ജോനകരെ നനമുണ്ടു വീശി ഒറ്റയ്ക്കു നേരിട്ടത് ഇവിടെ വച്ചായിരുന്നുവെന്നു കരുതപ്പെടുന്നു. 'ജോനോർപുളപ്പുള്ള നാഗപുരത്തങ്ങാടി' എന്ന് പുത്തൂരം പാട്ടുകളിൽ പറയുന്ന സ്ഥലം നാദാപുരത്തങ്ങാടി ആയിരിക്കണമെന്നാണ് പണ്ഡിതന്മാർ ഊഹിക്കുന്നത്.

പുത്തൂരംപാട്ടുകളിൽ പരാമർശിക്കപ്പെടുന്ന മറ്റു സ്ഥലങ്ങളൊന്നും കടത്തനാട്ടിലില്ല. 'അല്ലിമലർക്കാവെ'ന്നൊരു കാവും ഇവിടെയെങ്ങുമില്ല. പുത്തൂരംപാട്ടുകളിലെ മിക്ക സ്ഥലപ്പേരുകളും ആ സ്ഥലങ്ങൾ തമ്മിലുള്ള ദൂരക്കണക്കുകളും സാങ്കല്പികമാണെന്നാണ് ചരിത്രകാരന്മാരുടെ മതം.

വടക്കൻപാട്ടുകളുടെ കുന്നംകുളം പതിപ്പിൽ മാത്രം 'പ്രജാപതിനാടെ'ന്നു കാണുന്ന പ്രതിയാതിരിനാട് 'പുറകിഴാനാടാ'ണെന്ന് ഉള്ളൂർ കേരള സാഹിത്യചരിത്രത്തിൽ പറയുന്നു. അതല്ല പോർളാതിരി നാടാണെന്ന് വേറൊരഭിപ്രായവുമുണ്ട്. രണ്ടായാലും സ്ഥലം തൃപ്പങ്ങോട്ടിനു വടക്കായിരിക്കണമല്ലോ. എന്നാൽ പുത്തൂരം പാട്ടുകളിലെ പാണച്ചെറുക്കന്റെ വഴിവർണന വച്ചുനോക്കുമ്പോൾ തെക്കേ മലബാറിലെ തൃപ്പങ്ങോടിനും തെക്കാണ് പ്രതിയാതിരിനാടെന്നാണ് മനസ്സിലാവുക.

കുറുങ്ങാട്ടിടത്തിലെ വാഴുന്നവർ ഏറിയകാലം അലഞ്ഞുതിരിഞ്ഞതിനു ശേഷം തളർന്നുവീണ സ്ഥലമെന്നു പറയുന്ന തരുണിമണിക്ഷേത്രവും അവിടത്തെ രാജാവും പാട്ടിലല്ലാതെ വേറെങ്ങുമില്ല.

ഇതൊക്കെ വച്ചു ചിന്തിക്കുമ്പോൾ യഥാർത്ഥ ഭൂമിശാസ്ത്രവുമായി ബന്ധമില്ലാത്ത ഒരുക്കുശീലുകൾ കൂട്ടിക്കെട്ടിയുണ്ടാക്കിയ വിവരണങ്ങളാണീ പാട്ടുകളിൽ കാണുന്നതെന്ന നിഗമനത്തിലാണ് ചരിത്രകാരന്മാർ എത്തിച്ചേരുന്നത്.

ഈ വിഷയത്തിൽ വളരെ മൗലികവും സൂക്ഷ്മവുമായ ഗവേഷണം നടത്തിയിട്ടുള്ള ഡോ. എം.ആർ. രാഘവവാരിയർ പറയുന്നു:

“വടക്കൻപാട്ടുകൾ മുഴുവൻ അവയുടെ കാലഘട്ടത്തിലെ ചരിത്രത്തിന്റെയും ഭൂമിശാസ്ത്രത്തിന്റെയും കണ്ണാടികളാണ് എന്ന മട്ടിലുള്ള സമീപനങ്ങൾ നേർവഴിക്കുള്ളതല്ല. ഒരു പ്രിസത്തിലൂടെയുള്ള ബിംബമാണ് ഈ പാട്ടുകൾ നമുക്കു കാണിച്ചുതരുന്നത്. ആ ബിംബത്തിന് നിറപ്പകിട്ടുണ്ടെങ്കിലും അപഭ്രംശകിരണങ്ങളുമുണ്ട് എന്ന കാര്യം മറക്കരുത്. കൂട്ടായ്മയുടെ വർഗ്ഗസ്മൃതികൾ എന്ന നിലയിൽ ഒരു സമൂഹത്തിന് ചരിത്രത്തോടുള്ള മനോഭാവമാണ് ഈ പാട്ടുകളിൽ തെളിഞ്ഞു നിൽക്കുന്നത്.”

തച്ചോളിപ്പാട്ടുകളിൽ കാണുന്ന സ്ഥലങ്ങളെല്ലാം യഥാർത്ഥങ്ങളാണെന്നും രാഘവവാരിയർ പറഞ്ഞു. തച്ചോളി, കണ്ടാച്ചേരി, കപ്പുള്ളി പാലാട്ട് തുടങ്ങിയ വീടുകളെക്കുറിച്ചും തച്ചോളി മേപ്പയിൽ പറമ്പിന്റെ നാലതിരുകളെക്കുറിച്ചും കൃത്യമായ ചില വിവരങ്ങൾ തരുന്ന താളിയോല രേഖകൾ കോഴിക്കോട് സർവ്വകലാശാലയിലെ മലയാളം വിഭാഗത്തിലുണ്ട്. എന്നുവച്ച് തച്ചോളിക്കഥകളെല്ലാം ചരിത്രസത്യങ്ങളാണ് എന്നു വരുന്നില്ല. കഥകളെ യഥാർത്ഥ സ്ഥലങ്ങളുമായി ബന്ധപ്പെടുത്തുവാൻ ശ്രമിച്ചിട്ടുണ്ട് എന്നു പറയാം.

തച്ചോളി ഒതേനന്റെ കാലം നിശ്ചയിക്കാനും ചരിത്രപണ്ഡിതന്മാർക്ക് അധികം ക്ലേശിക്കേണ്ടിവന്നിട്ടില്ല. കൊല്ലവർഷം 759ൽ ജനിച്ച് മുപ്പത്തിരണ്ടാം വയസ്സിൽ ഒതേനൻ മരിച്ചു എന്നതിന് അനിഷേധ്യമായ തെളിവുകളുണ്ടെന്ന് ഉള്ളൂർ ശപഥം ചെയ്തുപറയുന്നുണ്ട്. ഇത് നിഷേധിക്കുവാൻ തെളിവില്ലെന്നുള്ളതുപോലെ തെളിയിക്കുവാനും തെളിവൊന്നുമില്ല എന്നതാണു സത്യം.

രാഘവവാരിയർ പറയുന്നു.

“ചേരമാൻ പെരുമാളെക്കുറിച്ചുള്ള ചില പാട്ടുകളെ അടിസ്ഥാനപ്പെടുത്തി പുത്തൂരം പാട്ടുകളുടെയും ചേകോന്മാരുടെയും കാലം നിശ്ചയിക്കാൻ ചില ചരിത്രകാരന്മാർ ശ്രമിച്ചിട്ടുള്ളതും ചരിത്രപരമായി നോക്കിയാൽ അസംബന്ധമാണ്.”

നമ്മുടെ പണ്ടത്തെ കാരണോന്മാർ
അങ്കംപിടിച്ചു ശരിക്കുപോന്നു
മുന്നൂറ്ററുപത്തെട്ടു വർഷമായി
അന്നുതൊട്ടിന്നേവരേക്കുമുണ്ണി

എന്ന വരികളാണ് കാലഗണനയ്ക്കു സഹായകമായി പലരും സ്വീകരിച്ചത്. ചേരമാൻ പെരുമാൾ ഓല എഴുതി അയച്ച് ഇഴുവത്തു നാട്ടിൽ നിന്നു ചേകോന്മാരെ വരുത്തിയതാണെന്നും ഈ പാട്ടിലാണ് പറയുന്നത്. അതുവെച്ച് ക്രിസ്തുവർഷം ഒമ്പതാം നൂറ്റാണ്ടിലാണ് ചേകോന്മാർ കേരളത്തിലേക്കു വന്നതെന്ന് ചിലർ സംശയമേതുമില്ലാതെ കണക്കാക്കി.

എന്നാൽ പിൽക്കാലത്തെ ഗവേഷണങ്ങളിൽ നിന്ന് ചേരമാൻ എന്നതൊരു വിരുതപ്പേരാണെന്നും ക്രിസ്തുവർഷം ഒമ്പതാംശതകം മുതൽ പന്ത്രണ്ടാംശതകംവരെ മഹോദയപുരം (കൊടുങ്ങല്ലൂർ) കേന്ദ്രമാക്കി കേരളം ഭരിച്ച എല്ലാ ചേരവംശ രാജാക്കന്മാർക്കും ഈ വിരുതം ചേരുമെന്നും കണ്ടെത്തിയപ്പോൾ ഈ കാലഗണന അസാധുവായി.

വടക്കൻപാട്ടുകളെ ഒരു കാലഘട്ടത്തിലെ പൊതുമുതലായി കണക്കാക്കിയ ആ കൂട്ടായ്മയുടെ കവി കെട്ടുമുറകളെക്കുറിച്ചും പാട്ടുകളുടെ രൂപശില്പ സംവിധാനത്തെക്കുറിച്ചും ഡോ.രാഘവവാരിയർ ആഴത്തിൽ പഠിച്ചറിഞ്ഞിട്ടുണ്ട്. നാടോടിപ്പാട്ടുകളുടെ കെട്ടുമുറയെ സംബന്ധിച്ച് ലോകത്തെങ്ങും നടപ്പുള്ള വഴക്കംതന്നെയാണ് വടക്കൻ പാട്ടുകളിലും കാണുന്നതെന്ന് അദ്ദേഹം പറയുന്നു.

“എങ്ങനെ കവി കെട്ടണം എന്നല്ല എന്തിനെക്കൊണ്ട് കവി കെട്ടണം (കവിത കെട്ടണം) എന്നാണ് വടക്കൻപാട്ടുകവി ആലോചിക്കുന്നത്. വിഷയം കിട്ടിയാൽ പാട്ടു കെട്ടുവാൻ നടപ്പുള്ള രീതികളും ഒരുക്കിവച്ച ശീലുകളുണ്ട്. ഒരുക്കുശീലുകൾ ആരുടെയും സ്വന്തം വകയല്ല. കൂട്ടായ്മയുടെ പൊതുമുതലാണ്. പാട്ടുകെട്ടേണ്ട ആർക്കും അതെടുത്തു പയോഗിക്കാം. വാമൊഴി വഴക്കത്തിൽ നാണിയപ്പെട്ടുപോരുന്ന ഏതു പാട്ടു കവിയുടെയും അടയാളമാണത്.

അങ്കം, അടവ്, അഴക്, ചമയം, കുളി, കുറി, ഊണ്, ഉറക്കം, പോക്കുവരവ്, കഥാപാത്രങ്ങളുടെ ജനനം, എഴുത്ത്, പയറ്റ്, വിവാഹം, മരണം എന്നുവേണ്ട കഥ കെട്ടുന്നതിന് പൊതുവായി വേണ്ടിവരുന്ന എന്തിനും ഏതിനും പാകത്തിലുള്ള വലിയതും ചെറിയതുമായ ഒരുക്കിവച്ച ശീലുകളുണ്ട്. വടക്കൻപാട്ടുകളിലുടനീളം (തച്ചോളിപ്പാട്ടുകളെന്നോ പുത്തൂരം പാട്ടുകളെന്നോ ഭേദമില്ലാതെ) അവ ആവർത്തിച്ചു വരുന്നതു കാണാം.

“ഈ വക പെണ്ണുങ്ങൾ ഭൂമീലുണ്ടോ” എന്നു തുടങ്ങുന്ന പ്രസിദ്ധമായ വർണന തച്ചോളിച്ചന്തുവിന്റെ പെണ്ണായ താഴത്തു മഠത്തിലെ മാതുക്കുട്ടിയെക്കണ്ടിട്ട് തുളുനാടൻ കോട്ടയിലെ കണ്ടർമേനോൻ പറയുന്നതാണ്.

ഈ വരികളിൽ ചിലതുതന്നെയാണ് ആറ്റുമണമ്മേലെ ഉണ്ണിയാർച്ചയെക്കണ്ടിട്ട് നാഗപുരത്തങ്ങാടിയിലെ ജോനകരും കൊടുമലകുങ്കിയെക്കണ്ടിട്ട് തച്ചോളിച്ചന്തുവും അതുപോലെത്തന്നെ ആറ്റാൻചിറയ്ക്കലേക്ക് കുളിക്കാൻ ചെന്ന ചന്തുവിനെക്കണ്ടിട്ട് കുങ്കിയും കപ്പുള്ളി പാലാട്ടെ കോമനെക്കണ്ടിട്ട് തൊണ്ണൂറാം വീട്ടിലെ ഉണിച്ചിരുതയും പറയുന്നത്. ആണുങ്ങളെക്കുറിച്ചാവുമ്പോൾ 'ഈവക ആണുങ്ങൾ ഭൂമീലുണ്ടോ' എന്നു മാറ്റുന്നു എന്നു മാത്രം. തത്തമ്മച്ചുണ്ടും പവിഴപ്പല്ലും മാറത്തെ മാമ്പുള്ളി പൂഞ്ചൊണങ്ങും കട്ടുങ്കാൽക്കൊത്ത മുട്ടുങ്കാലും ആമയോടൊത്ത പുറവടിവും ആലിലയ്ക്കൊത്തോരണിവയറും എല്ലാം ആണുങ്ങൾക്കും പെണ്ണുങ്ങൾക്കും പൊതുവാണ്. ആരോമൽത്താടിയും അരിമ്പൻമീശയും മാത്രമേ ആണുങ്ങൾക്ക് പ്രത്യേകമായിട്ടുള്ളൂ. പുത്തരിയങ്കത്തിനു പുറപ്പെട്ട ആരോമൽച്ചേകവരുടെ അരികിൽച്ചെന്ന് ഓരോരോ അംഗത്തിന്റെയും അഴക് എടുത്തെടുത്തു പറഞ്ഞ് അതാതംഗം "എവിടെവെച്ചു ഞാൻ മറന്നിടേണ്ടൂ" എന്ന് മുറകലമ്പുന്ന ഭാഗം പലവട്ടം ആവർത്തിച്ചിട്ടും വികാരച്ചൂടാറാതെ നിൽക്കുന്നതായിക്കാണാം. അതാണ് വടക്കൻപാട്ടിലെ കവിത.

അങ്കശ്ശീലുകളിലും ഒരുക്കുശീലുകളുണ്ട്. ആളങ്കം വർണിക്കാനുള്ള വരികൾതന്നെ കോഴിയങ്കം വർണിക്കാനും ഉപയോഗിച്ചിരിക്കുന്നതായി കാണാം. ആരോമൽച്ചേകവരും അരിങ്ങോടരും തമ്മിലേറ്റുമുട്ടുന്നതും അവരുടെ കോഴികളായ അരക്കൻ പുള്ളിയും പാലൻചിങ്ങനും തമ്മിലേറ്റുമുട്ടുന്നതും ഒരേ ശീലുകളിലാണ് വർണിക്കപ്പെട്ടിരിക്കുന്നത്.

സന്ദർഭത്തിനൊത്ത് ഒരുക്കുശീലുകളെ നീട്ടിവിടർത്താനും ചുരുക്കിയൊതുക്കാനും വടക്കൻപാട്ടുകാർക്ക് വിരുതുണ്ട്.

"വേണ്ടുന്ന പോർ വാരി ഉണ്ടവനും
വേണ്ടാത്ത ചോറിന്നു കൈമടക്കി" എന്ന ഊൺ വർണനതന്നെ.

ചോറും വലഭാഗേ ചെന്നിരുന്ന്
ഭൂമിക്ക് നീർതെളിച്ചന്നം വെച്ച്,
കൈക്കുംഭം നല്ല പിടിപിടിച്ച്,
വായ്ക്കുരസത്തോടെ ഉണ്ണുന്നുണ്ട്" എന്നു വിസ്തരിച്ചും ചിലേടത്തു പാടിക്കാണാം.

നീണ്ട വർണനകൾക്കു പുറമേ ആവർത്തിച്ചാവർത്തിച്ചുപയോഗിക്കപ്പെടുന്ന വിശേഷണപദങ്ങളും പ്രയോഗങ്ങളും വടക്കൻപാട്ടുകളിൽ ധാരാളമുണ്ട്. പടിയുംപടിപ്പുര, പടകാളിമുറ്റം, പടിഞ്ഞാറ്റിമച്ചറ, ചിത്രത്തൂണ്, നാല്കെട്ടകം, കാറ്റാടും നല്ല കളിത്തിണ്ണ, തെക്കിനിയെന്നൊരു പൂന്തളം, ഏഴരമാളിക മണിമാളിക, വീരാളിപ്പുല്പായ, വീരാളിമന്നൻ തടുക്ക്, വീരാളിപ്പട്ട്, വിരാളിശംഖ്, മെയ്‌വർണപ്പെട്ടി, കുത്തോടെ പട്ട്,

തണ്ടോടെ മുണ്ട്, രാമായണം കൊത്തിയ വള, മുടിയെണ്ണി മുത്ത്, എരി ദാഹക്കഞ്ഞി, പൂവനില, പൂപോലെ ചോറ്, പൊൻപോലെ കറി, കളരി പരമ്പര ദൈവം, തട്ടൊത്ത ഭൂമി, കളിപ്പറമ്പ്, എകർന്ന വരമ്പ്, തറയിട്ട മാവ്, കിളിവാലൻ വെറ്റില, ശംഖിലൊളിമിന്നും നൂറ്, ഈറൻ കവുങ്ങിന്റെ പാക്ക്, ചാപ്പാടൻ നല്ല പൊകല എന്നിങ്ങനെ മൗലികതയാർന്ന ഒട്ടുവളരെ വിശേഷണ പ്രയോഗങ്ങൾ വടക്കൻപാട്ടുകളിലുടനീളം ആവർത്തിച്ചു വരുന്നുണ്ട്. ഒന്നുണ്ടു കേൾക്കണം, പറഞ്ഞുട്ടല്ലന്നേരം, അതുതാനേ കേൾക്കുന്നു, അപ്പോൾപ്പറയുന്നു എന്നിങ്ങനെയുള്ള മുറിശ്ശീലുകളും സ്ഥിരമായ ഒരുക്കുശീലുകളാണ്.

വരികളും വർണനകളും ആവർത്തിക്കുന്നതുപോലെതന്നെ വടക്കൻപാട്ടിലെ സംഭവങ്ങളിലും കഥാഗതിയിലുമൊക്കെ ആവർത്തന ങ്ങൾ കാണാം. കുളിക്കാനും തൊഴാനുമുള്ള പെണ്ണുങ്ങളുടെ പോക്കാണ് പല പാട്ടുകളിലും കുഴപ്പങ്ങൾക്കു കാരണമാവുന്നത്. പോർവീരന്മാരെ ചതിച്ചുകൊലപ്പെടുത്തുന്ന ആശയവും ആവർത്തിച്ചുവരുന്നുണ്ട്. തച്ചോളി ഒതേനനും ആരോമൽച്ചേകവരും കുഞ്ഞിക്കണ്ണനുമെല്ലാം ചതിയി ലാണല്ലോ മരിക്കുന്നത്. നാടുവാഴികളുടെയും പോർവീരന്മാരുടെയും പെൺകൊതിയും ആ കൊതിക്കു വഴങ്ങാത്ത പെണ്ണുങ്ങളുടെ തന്റേടവും പല പാട്ടുകളിലും ആവർത്തിച്ചുവരുന്ന വിഷയമാണ്.

ഇതൊക്കെ വച്ചുനോക്കുമ്പോൾ സമൂഹത്തിലെ അന്നത്തെ അടിയാൾ ക്കൂട്ടായ്മയുടെ പൊതുസ്വത്തായി വടക്കൻപാട്ടുകളെ കാണാവുന്നതാണ്. സർഗ്ഗപ്രവൃത്തിപോലും അക്കാലത്ത് ഒരു സംഘടിത സാമൂഹിക പരി ശ്രമമായിരുന്നു. അതിൽനിന്നാണ് തനതും സ്വതന്ത്രവുമായ ഒരു നാടോടി പ്പാട്ടു പാരമ്പര്യം ഉരുത്തിരിഞ്ഞുവന്നത്."

രാഘവവാരിയർ പറഞ്ഞുനിർത്തി.

ഗവേഷണബുദ്ധിയോടെ യുക്തിചിന്തയിൽനിന്ന് പിന്നെയും ഞങ്ങൾ കഥകളുടെയും പാട്ടിന്റെയും അയുക്തികമായ ലോകത്തേക്ക് യാത്ര പറഞ്ഞിറങ്ങി.

മന്ത്രവാദവും ആഭിചാരവും ഭൂതപ്രേതപിശാചുക്കളും നിറഞ്ഞ ഒരു മായികലോകമാണിത്.

അവിടെ ഒറ്റച്ചരടു വലിക്കുമ്പോൾ തൊണ്ണൂറു വാതിലുകളും ഒന്നി ച്ചടയുന്ന കോട്ടകളും കൊടിമരത്തിന്മേൽ കോട്ടയ്ക്കു കാവലിരിക്കുന്ന തത്തകളും (ബന്ധുവിനെക്കണ്ടാൽ ചിരിക്കുകയും മാറ്റാനെക്കണ്ടാൽ ചിലയ്ക്കുകയും ചെയ്യുന്ന തത്തകൾ) ഗരുഡമന്ത്രം ധ്യാനിച്ച് പരിചയിൽ ചുരുങ്ങിയൊതുങ്ങി പറന്നുചെല്ലുന്ന പോരാളികളും എയ്യുമ്പോളൊന്നും കൊള്ളുമ്പോൾ ആയിരത്തൊന്നുമായ അസ്ത്രവിദ്യകളുമൊക്കെ കാണാം. നേർച്ച, പാർച്ച തുടങ്ങിയ ആചാരങ്ങളും ഇഷ്ടമൂർത്തികളെ സേവിച്ച് അദ്ഭുതവിദ്യകൾ നേടുന്ന അനുഷ്ഠാനങ്ങളും മറ്റനേകം ഫാന്റസികളും നിറഞ്ഞ ഒരു ലോകമാണത്.

പക്ഷേ, അവിടെയും ബ്രാഹ്മണസമൂഹത്തിന്റെ ആഗമികാരാധനാമൂർത്തികളുടെ അസാന്നിധ്യം നാം ശ്രദ്ധിക്കേണ്ടതാണ്. ഗണപതിയും സരസ്വതിയും കളരിയുടെ മൂലയ്ക്കുണ്ടെങ്കിലും പാട്ടിൽ പ്രധാനമായും കാണുന്ന ആരാധനാമൂർത്തികൾ നാട്ടൂർ പരദേവത മുണ്ടിയാനും അന്തിവേതാളനും പുലിദൈവത്താരുമൊക്കെയാണ്. മരിച്ചുപോയ വീരന്മാരും പോരാളികളും കാരണവപൂജാരീതിയനുസരിച്ച് ആരാധനാമൂർത്തികളായിത്തീരുന്നതും കാണാം. ഒതേനനും കോമനുമൊക്കെ തെയ്യവും തിറയുമുള്ളത് നാം കണ്ടുവല്ലോ. താമരശ്ശേരിയിൽ ഭഗവതിക്ഷേത്രത്തിനടുത്ത് പയ്യംപിള്ളിച്ചന്തുവിനെ കുടിവെച്ച സ്ഥാനവും കാണാനുണ്ട്.

ഇതൊക്കെ വച്ചു ചിന്തിക്കുമ്പോൾ ആര്യസംസ്കൃതിയുടെ അധിനിവേശങ്ങളെ ചെറുത്തുനിന്ന ഒരു പ്രാക്തന മലയാളഗോത്രസംസ്കൃതിയുടെ മിന്നലാട്ടങ്ങൾ ഈ പാട്ടുകളിൽനിന്ന് നമുക്കു കണ്ടെടുക്കുവാൻ കഴിയും. മേൽത്തട്ടുകാരുടെ അധീശത്വത്തിന്റെയും അധികാരത്തിന്റെയും മുഷ്ക്കുകളെ പ്രതിരോധിച്ചുനിന്ന കീഴാളജനതയുടെ കഥകളും വടക്കൻ പാട്ടുകളിൽ ധാരാളമുണ്ട്.

കരുംപറമ്പിൽ കണ്ണന്റെ പാട്ടുകഥ ഉദാഹരണമാണ്.

ചെത്തുകാരനായ തിയ്യൻ കണ്ണന്റെ ഭാര്യ ആർച്ചയെ കണ്ടു മോഹിച്ച തമ്പുരാൻ ഒരു രാത്രി കണ്ണനെ വിളിച്ചുവരുത്തി തന്റെ കദളിവാഴത്തോട്ടത്തിന് കാവലിനാക്കി. അന്നു രാത്രി കണ്ണന്റെ മാടത്തിൽച്ചെന്ന് തമ്പുരാൻ ആർച്ചയെ പ്രാപിച്ചു. തന്റെ പൊന്മോതിരവും നാൽക്കുത്തു പട്ടും ആർച്ചയ്ക്ക് സമ്മാനമായി നൽകുകയും ചെയ്തു. തന്നെ ചതിച്ച നാടുവാഴിത്തമ്പുരാനോട് പകരംവീട്ടാൻ ആർച്ച കണ്ണനെ പൂണുനൂലിടീച്ച് നമ്പൂരിയാക്കി പിറ്റേന്നു രാത്രി തമ്പുരാന്റെ കെട്ടിലമ്മയുടെ പള്ളിയറയിലേക്കയച്ചു. കണ്ണൻ കെട്ടിലമ്മയെ പ്രാപിക്കുകയും തമ്പുരാൻ ആർച്ചയ്ക്കു നൽകിയ പൊന്മോതിരവും നാൽക്കുത്തുപട്ടും തന്നെ കെട്ടിലമ്മയ്ക്ക് സമ്മാനിക്കുകയും ചെയ്തു.

വിവരങ്ങളെല്ലാം മനസ്സിലാക്കിയ തമ്പുരാൻ കണ്ണനെ കഴുവേറ്റി കൊല്ലാൻ കല്പിച്ചു.

"അതുകേട്ട നേരത്തു ചൊല്ലി ആർച്ച
ആദ്യം പിഴപ്പിച്ചു തമ്പുരാനും
പിന്നെപ്പിഴപ്പിച്ചു കണ്ണനല്ലോ
ആദ്യം പിഴ അങ്ങു തീർത്തുതന്നാൽ
പിന്നെ പിഴ കണ്ണൻ തീർത്തുകൊള്ളാം."

"ആദ്യം തമ്പുരാൻ കഴുവേറട്ടെ പിന്നീടാവാം കണ്ണൻ' എന്ന് തമ്പുരാന്റെ മുഖത്തുനോക്കിപ്പറയാൻ ധൈര്യം കാണിച്ച ആർച്ച ഈ ചെറുത്തുനില്പിന്റെ ശക്തിയും ചൈതന്യവുമാണ്.

നാടുവാഴിക്കു വഴങ്ങാത്തതിനു പകവീട്ടാൻ കള്ളസാക്ഷികളെക്കൊണ്ട് പലയാട്ടു വിളിപ്പിച്ച് നാനാഴിയെണ്ണകൊണ്ട് മുക്കുറ്റിമുക്കണ്ണൻ പന്തം തെളിയിച്ച് തലയും മുലയും തീവച്ചു കരിച്ചപ്പോൾ പിടഞ്ഞു നില വിളിക്കുന്ന പൂമാതേയി പൊന്നമ്മയും ഈ അടിയാളവർഗത്തിന്റെ ചെറുത്തുനില്പിന്റെ ചരിത്രമായി വടക്കൻ പാട്ടുകളിൽ നിറഞ്ഞു നിൽക്കുന്നു.

അടിയാൾക്കൂട്ടായ്മയുടെ ഈ ഗോത്രവീര്യങ്ങൾ തന്നെയാണ് വടക്കൻപാട്ടുകളുടെ സാമൂഹികശക്തി. ജീവിതത്തിന്റെ പുറമ്പോക്കുകളിൽ അവഗണിതരും അധഃസ്ഥിതരുമായിക്കിടന്ന കീഴാളഗോത്രങ്ങൾ അവരുടെ പൊരുതുന്ന നാടോടിത്തം കൊണ്ട് അധിനിവേശത്തിന്റെയും ആധിപത്യത്തിന്റെയും ആശയസംഹിതകളെ ചെറുത്തുനിൽക്കുന്നത് നാമവിടെ കാണുന്നു.

നാല്

കടത്തനാട് ചേകോർ കളരിസംഘത്തിന്റെ കളരി തേടിയാണ് പൂതപ്പണത്തു പോയത്.

വടക്കൻപാട്ടുകളോടും കഥകളോടുമൊപ്പംതന്നെ മൗലികവും തനതുമായ ഒരായോധന കലാപാരമ്പര്യവും കടത്തനാട് സ്വന്തമായി കാത്തുസൂക്ഷിച്ചു പരിപാലിക്കുന്നുണ്ടല്ലോ. തച്ചോളി ഒതേനന്റെയും കോമന്റെയും ചേകവന്മാരുടെയുമൊക്കെ പാരമ്പര്യമുള്ള കളരികൾ ഇവിടങ്ങളിൽ ഇപ്പോഴും സജീവമായി നിലനിൽക്കുന്നു. അവയിൽ പ്രധാനപ്പെട്ട ഒന്നാണ് പുതുപ്പണത്തെ കടത്തനാട് ചേകോർ കളരി.

'കളരി' എന്ന പദം ഇന്ന് കടത്തനാടിന്റെ പര്യായമായിത്തീർന്നിരിക്കുന്നുവെങ്കിലും കേരളത്തെ സംബന്ധിച്ച് വാസ്തവത്തിൽ കളരി കടത്തനാടിന്റേതു മാത്രമായ സംഭാവനയല്ല. വളരെ പുരാതനമായ കാലം മുതൽക്കുതന്നെ കേരളത്തിലെ മറ്റു പ്രദേശങ്ങളിലും ധാരാളം കളരികളും പയറ്റുമുറകളും നിലനിന്നിരുന്നു. തമിഴ്നാട്ടിൽനിന്നു വന്ന് കേരളത്തിലെ വനാന്തരങ്ങളിൽ പാർത്തിരുന്ന 'പാണ്ടിയരയർ' എന്ന ആദിവാസികൾ വാളും പരിചയുംകൊണ്ട് പയറ്റുമുറകൾ അഭ്യസിച്ചിരുന്നതായി പഴയ ചരിത്രരേഖകളിൽ കാണുന്നുണ്ട്. 'കാണിക്കാർ' എന്നു വിളിക്കപ്പെട്ടിരുന്ന ഈ ആദിവാസി ഗോത്രങ്ങൾക്ക് കാട്ടിൽ സ്വന്തമായി ആയുധ പരിശീലനകേന്ദ്രങ്ങളുണ്ടായിരുന്നു.

കാട്ടിലെ ഈ ആയുധ പരിശീലനകേന്ദ്രങ്ങൾ തന്നെയാവണം പിൽക്കാലത്ത് നാട്ടിലേക്കു കുടിയേറിയതും കളരികളായിത്തീർന്നതും. തുളുഭാഷയിലുള്ള 'ഗരഡി'യിൽനിന്നാണ് 'കളരി' എന്ന വാക്കിന്റെ ഉല്പത്തി എന്ന് ഭാഷാചരിത്രകാരന്മാർ പറയുന്നുണ്ടെങ്കിലും കളരിയുടെ

ഉദ്ഭവകാലത്തെക്കുറിച്ച് ആധികാരികമായ ചരിത്രരേഖകളൊന്നും നമുക്ക് ലഭ്യമല്ല.

'കേരളോല്പത്തി' എന്ന പഴയ രേഖയിൽ പരശുരാമൻ കേരളത്തിൽ നൂറ്റിയെട്ട് 'നാല്പത്തീരടി' സ്ഥാനം ഉണ്ടാക്കി എന്നും അനേകം കളരിപ്പരദേവതമാരെ സങ്കല്പിച്ചു എന്നും രേഖപ്പെടുത്തിയിട്ടുണ്ട്. നാല്പത്തീരടി സ്ഥാനം കൊണ്ടു സൂചിപ്പിക്കുന്നത് ആയുധപരിശീലനം നടത്തുന്ന കളരിയെത്തന്നെയാണ്. കിഴക്കുപടിഞ്ഞാറ് നാല്പത്തിരണ്ട് ചുവട് നീളവും ('11 മീറ്റർ 24 സെ. മീ) തെക്കുവടക്ക് ഇരുപത്തിയൊന്നു ചുവട് വീതിയുമുള്ള ('5 മീറ്റർ 68 സെ. മീ) ഉള്ള നാല്പത്തീരടികളിലാണ് പ്രാചീന കാലം മുതൽ കേരളത്തിലെ കളരികൾ പ്രവർത്തിക്കുന്നത്.

കുലശേഖര സാമ്രാജ്യകാലത്തെ മഹാവിദ്യാശാലകളോളം കളരികൾക്ക് പഴക്കമുണ്ടെന്ന് ചില ചരിത്രകാരന്മാർ പറയുന്നുണ്ട്. നൂറ്റാണ്ടുകാല യുദ്ധത്തോടുകൂടി കേരളത്തിൽ സർവ്വത്ര പടർന്നുപിടിച്ച അരക്ഷിതത്വത്തിന്റെയും അരാജകത്വത്തിന്റെയും ഫലമായി ആയുധ പരിശീലനവും കളരികളും സാർവത്രികമായിത്തീർന്നു എന്നു ചിന്തിക്കുന്നതിൽ യുക്തിയുണ്ട്. 999-ൽ കാന്തളളൂർ കല മറുപ്പ് എന്ന സംഭവത്തിൽ തുടങ്ങിയ, ചേരന്മാരും ചോളന്മാരും തമ്മിലുള്ള നൂറ്റാണ്ടുകാലയുദ്ധം 1102-ൽ, രാമവർമ്മ കുലശേഖരന്റെ കാലത്ത് ചാവേർപ്പട ചോളന്മാരുടെ മേൽ നേടിയ സന്ധിയില്ലാത്ത സമരത്തിലാണ് കലാശിച്ചത്. അക്കാലങ്ങളിൽ അക്രമങ്ങളേയും കൊള്ളകളേയും തടുത്ത് ജീവനും മാനവും ധനവും രക്ഷിക്കാൻ ജനങ്ങൾക്ക് ആയുധ പരിശീലനം അനിവാര്യമായിത്തീർന്നു. അതിന്റെ ഫലമായി കേരളത്തിലങ്ങോളമിങ്ങോളം ആരംഭിച്ച ആയുധ പരിശീലന കേന്ദ്രങ്ങളായിരിക്കണം പിന്നീട് കളരികളായിത്തീർന്നത്.

ഇന്ന് കളരിക്കൽ, കളരിപ്പറമ്പിൽ, കളരിവാതുക്കൽ എന്നീ പേരുകളിലറിയപ്പെടുന്ന സ്ഥലങ്ങളിലെല്ലാം പണ്ട് കളരികൾ പ്രവർത്തിച്ചിരുന്നതായി അനുമാനിക്കാം. കളരിയാശാന്മാർ, കുറുപ്പന്മാർ, ഗുരുക്കൾ, ചട്ടമ്പിമാർ എന്നിങ്ങനെയുള്ള സ്ഥാനപ്പേരോടുകൂടിയ ഗുരുനാഥന്മാരാണ് ഓരോ കളരികളിലും ശിഷ്യന്മാരെ പയറ്റുവിദ്യകൾ പരിശീലിപ്പിച്ചുവന്നത്.

ഏഴാംവയസ്സിൽ കളരിയഭ്യാസത്തിന്റെ ബാലപാഠമായി മെയ്‌വഴക്കവും പിന്നീട് ഉറുമി, കുന്തം, വാൾ തുടങ്ങിയവയുടെ പ്രയോഗവും കേരളത്തിലെ നായർ കുട്ടികൾ പഠിക്കുന്നതിനെപ്പറ്റി 1510-ൽ ഡ്വർത്തെ ബാർബോസ് തന്റെ ഗ്രന്ഥത്തിൽ രേഖപ്പെടുത്തിയിട്ടുണ്ട്. ആയുധ പ്രയോഗത്തിൽ ഈ പടയാളികൾ കാണിക്കുന്ന സാമർത്ഥ്യത്തെ ജോൺസ്റ്റണും (1611) രേഖപ്പെടുത്തിക്കാണുന്നുണ്ട്. അതൊക്കെ വച്ചുനോക്കുമ്പോൾ പതിനഞ്ചും പതിനാറും നൂറ്റാണ്ടുകളിലാണ് കേരളത്തിൽ കളരി പാരമ്പര്യങ്ങൾ വളരെ ശക്തിപ്പെട്ടത് എന്നു കാണാം. തച്ചോളി ഒതേനനേയും

ചേകോന്മാരേയും പോലുള്ള കളരിയഭ്യാസികളുടെ കാലവും അതായിരിക്കണം.

ഇന്നും ഈ പാരമ്പര്യത്തിൽ പുലരുന്ന കടത്തനാട് ചേകോർ കളരി സംഘത്തിന്റെ ഗുരുനാഥൻ പരോത്ത് കരുണൻ ഗുരുക്കളാണ്. 1957 മുതൽ ഈ കളരിയുടെ ജീവാത്മാവും പരമാത്മാവുമായ കരുണൻ ഗുരുക്കൾക്ക് വിദേശങ്ങളിലും ശിഷ്യന്മാരുണ്ട്. അമേരിക്കയിലെ ടെക്സാസിൽ ഇപ്പോൾ കടത്തനാട് ചേകോർ കളരിസംഘം കളരിയുടെ ഒരു ശാഖ തുടങ്ങാൻ പോവുകയാണ്.

കരുണൻ ഗുരുക്കൾ പറഞ്ഞു:

"ഞങ്ങളെ സംബന്ധിച്ച് കളരിപ്പയറ്റ് ഒരു തപസ്യയാണ്. അഭ്യാസബലത്തോടൊപ്പംതന്നെ ഈശ്വരാധീനവും ഈ കലയ്ക്കു വേണം. പരദേവതയെ അടിയുറച്ചു വിശ്വസിച്ചുകൊണ്ടുള്ള സേവയും മുടങ്ങാതെയുള്ള പരിശീലനവുംകൊണ്ടേ കളരിപ്പയറ്റിൽ വിജയിക്കാൻ സാധിക്കൂ."

കരുണൻ ഗുരുക്കളുടെ വീട്ടുമുറ്റത്ത് പരദേവതയെ പ്രതിഷ്ഠിച്ച ക്ഷേത്രമുണ്ട്. തൊട്ടുതന്നെ കളരിയും.

കളരിയുടെ മൂലയിലുമുണ്ട് ദേവതാസാന്നിധ്യം. പൂത്തറ എന്നാണ് ഈ സ്ഥാനത്തിനു പേർ. ആര്യദൈവങ്ങളും അനാര്യദൈവങ്ങളും ചേർന്ന ഒരു സങ്കരസ്വരൂപമാണ് പൂത്തറ. വിഘ്നേശ്വരനും ചണ്ഡികയും വിഷ്ണുവും കാളിയും വടുകനുമടക്കം ഏഴു ദേവസാന്നിധ്യങ്ങൾ കലർന്ന ഒരു ദൈവസങ്കല്പം.

ഒരുപക്ഷേ കാട്ടിൽനിന്നു നാട്ടിലേക്കും വിവിധ ഗോത്രപരമ്പരകളിലേക്കുമായി കൈമറിഞ്ഞു പകർന്നുപോന്നപ്പോൾ ഭിന്നവിശ്വാസങ്ങൾ കൂടിക്കലർന്നു രൂപപ്പെട്ടതാവണം പൂത്തറ എന്ന പരദേവത.

പൂത്തറ കളരിയഭ്യാസികൾക്കു പ്രധാന പരദേവതയാണ്. പൂത്തറ വന്ദിച്ചതിനു ശേഷമേ കളരി പരിശീലനവും പയറ്റുമുറകളും തുടങ്ങാവൂ എന്നാണ് പരമ്പരാഗതവിശ്വാസം.

ഞങ്ങൾ ചെന്നപ്പോൾ ചേകോർ കളരിസംഘത്തിലെ കളരി പിരിഞ്ഞിട്ടുണ്ടായിരുന്നു. എങ്കിലും ഞങ്ങൾക്കുവേണ്ടി പ്രധാനപ്പെട്ട ശിഷ്യന്മാരെയെല്ലാം വിളിച്ചുകൂട്ടി ഗുരുക്കൾ പിന്നെയും കളരി സജീവമാക്കി.

ഗുരുക്കളുടെ വായ്ത്താരിക്കൊത്ത് ശിഷ്യന്മാരും ശിഷ്യകളും പൂത്തറ വന്ദിച്ചു.

"വലിഞ്ഞമർന്നു വലത്തു നടന്നു കളരി തൊട്ടു കൈ നേരെ കുപ്പിത്തൊഴുതു നീക്കിച്ചവിട്ടി വലത്തതിൽ പന്തിട്ടിരുന്നു മുട്ടുതൊട്ടു മുയിപ്പു തൊട്ടു കൈ നേരെ കൂപ്പിത്തൊഴുതു തൊട്ടുവന്ദിച്ചമർന്നു കൈനേരെ കൂപ്പിത്തൊഴുതു തൊട്ടുവന്ദിച്ചമർന്നു കൈ നേരെ കൂപ്പിത്തൊഴുതു വലത്തുകാൽ തൂക്കിയെടുത്തു വലത്തുകൊണ്ടു നീക്കിച്ചവിട്ടി ഇടത്തു

കാൽ തൂക്കിയെടുത്ത് ഇടത്തുകൊണ്ട് നീക്കിച്ചവിട്ടി വലത്തതിൽ തൊട്ടു വന്ദിച്ചു വലവറതിരിഞ്ഞ് ഇടത്തുകൊണ്ട് നീക്കിച്ചവിട്ടി വലത്തതിലമർന്നു തൊഴുതു.”

തികഞ്ഞ ചിട്ടയോടും മെയ്‌വഴക്കത്തോടുംകൂടി അഭ്യാസികൾ വായ്ത്താരിക്കൊത്തു കളരിനിറഞ്ഞ് ചുവടുവെച്ചപ്പോൾ നൃത്തവും താളവും മെയ്യഭ്യാസവും ചേർന്ന നമ്മുടെ ഈ മഹത്തായ തനതു കലാവിശേഷത്തിന്റെ സാധ്യതകളെക്കുറിച്ച് ഞാൻ വിസ്മയിച്ചുപോയി.

ഈ ആയോധന കലാപാരമ്പര്യത്തിൽ നിന്നാണ് മഹത്തായ നമ്മുടെ തനതു കലകളെല്ലാം ഉരുത്തിരിഞ്ഞുവന്നത്. വാൾപരിചക്കളി, പരിചമുട്ടുകളി, പൂരക്കളി, തച്ചോളിക്കളി തുടങ്ങി കളരിപ്പയറ്റു വഴക്കങ്ങൾ നേരിട്ടു കലർന്നുകിടക്കുന്ന നാടോടിക്കലാരൂപങ്ങൾ നിരവധിയാണ്. തെയ്യം, തിറ തുടങ്ങിയ അനുഷ്ഠാന കലാരൂപങ്ങളിലും കൂടിയാട്ടം, കഥകളി തുടങ്ങിയ ക്ലാസിക്കൽ കലകളിലും കളരിപ്പയറ്റിന്റെ സങ്കേതങ്ങൾ അടിസ്ഥാന സൗന്ദര്യമായി നിറഞ്ഞുനിൽക്കുന്നു.

തെയ്യത്തിലും തിറയിലും കളരിപ്പയറ്റിന് കുറെക്കൂടി പ്രകടമായ സ്വാധീനമുണ്ട്. വടക്കൻപാട്ടുകളിൽ വർണിക്കപ്പെട്ടിട്ടുള്ള വീരന്മാരുടെ ചമയവർണനകൾ മിക്കതും അപ്പാടെ പകർത്തിയാണ് കടത്തനാട്ടിലെ തിറക്കോലങ്ങൾ കെട്ടിയാടുന്നത്. പതിനാറാം നൂറ്റാണ്ടിനുശേഷം വികാസം പ്രാപിച്ച ഒതേനന്റെ തിറയാട്ടത്തിലെ വാൾപ്പയറ്റുകളിലും അങ്കക്കാരൻ പയ്യംപിള്ളി ചന്തു, പാലാട്ടു കോമൻ എന്നീ തിറകളിലും പയറ്റുമുറകൾ നേരിട്ടുവരുന്നുണ്ട്. ഈ തിറ കെട്ടുന്നവർ മിക്കവരും തികഞ്ഞ കളരിയഭ്യാസികളുമാണ്.

തിറയാട്ടത്തിനും തെയ്യാട്ടത്തിനും പുറമെ, ആൾരൂപത്തിലുള്ള ദാരുശില്പത്തിൽ തെയ്യക്കോലങ്ങളിലുപയോഗിക്കുന്ന ചമയങ്ങളും വേഷങ്ങളും അണിയിച്ചുവയ്ക്കുന്നൊരു സവിശേഷമായ ശില്പകലാപാരമ്പര്യവും വടക്കേ മലബാറിലുണ്ട്. തട്ടാൻ, ആശാരി, മൂശാരി, കൊല്ലൻ (കരുവാൻ, വണ്ണാൻ) തുടങ്ങിയ പഴയ കലാകാരന്മാരുടെ ഗോത്രങ്ങളെല്ലാം ചേർന്ന് അണിയലുണ്ടാക്കി ഒരുക്കുന്ന ഇത്തരം തെയ്യം ദാരുശില്പങ്ങൾ കേരളത്തിന്റെ തനതും അപൂർവ്വവുമായ ശില്പമാതൃകകളാണ്. ഏഴു കടലോടി വന്ന് പട്ടുടുത്ത് അങ്കത്തിനുപോയ പഴയ കടത്തനാടൻ പോരാളികളെ അനുസ്മരിപ്പിക്കുന്ന വിധത്തിൽ വടക്കൻപാട്ടുകാരന്റെ വർണനകൾ അതേപടി ശില്പികൾ തെയ്യം ദാരുശില്പത്തിൽ പകർത്തിവയ്ക്കുന്നു.

“വടക്കൻ ഞൊറിവെച്ചും ഞാത്തുവെച്ചും
തെക്കൻ ഞൊറിവെച്ചും കൂന്തൽവെച്ചും
കുതിരമുഖം വെച്ചഴകു നീട്ടി,
പതിനെട്ടു ഞൊറിവെച്ചു കച്ചകെട്ടി

അങ്കവാലങ്ങു ഉഴിഞ്ഞുകെട്ടി
കോട്ട പിടിവെച്ച പൊന്നരഞ്ഞാൾ
മീതെയഴകിനായ് പൂട്ടി ചന്തു."

"പടിഞ്ഞാറെ മച്ചറ താഴ് തുറന്നു
മെയ്യാഭരണപ്പെട്ടി തുറന്നുവെച്ച്
കോവിൽ കൊടുത്തോരു കൊത്തുവള
ശിഷ്യർ കൊടുത്തോരു പൊൻചൂരക്കോൽ
ചമയങ്ങളൊക്കെയും ചേർത്തണിഞ്ഞു.
രാമായണം കഥ കൊത്തിയ വള
വലംകൈക്കിട്ടു തടം ചുരുക്കി
കാലിനു രണ്ടിനും അനന്തൻതോട
എടമ്പിരി വലമ്പിരി വളയിടുത്തു
അങ്കക്കുറിയും പടക്കുറിയും
ചൂട്ടൻകറിയും തൊടുകുറിയും."

വടക്കൻപാട്ടിലെ ഈവിധ വർണ്ണനകളൊക്കെ തെയ്യം ദാരുശില്പത്തിൽ കലാകാരന്മാർ കൃത്യമായി സാക്ഷാൽക്കരിച്ചിരിക്കുന്നതായി കാണാം.

'വെൺമുരുക്കു പൂത്തു മലർന്നപോലെയും വെയിലത്തു കുന്നി നിറഞ്ഞ പോലെയും' ഈ ശില്പവിസ്മയങ്ങൾ വടക്കൻ കേരളത്തിലെ ഗോത്ര കലാപാരമ്പര്യങ്ങളുടെ ഈടുവെപ്പുകളിൽ നിന്ന് മലയാളത്തിന്റെ മനസ്സിലേക്ക് ഇന്നും വർണാഭമായി കെട്ടിയിറങ്ങി വരുന്നു. ഇവിടെയും അടിയാൾക്കൂട്ടായ്മയുടെ ഗോത്രശുദ്ധിതന്നെ കലയുടെ മൗലിക സൗന്ദര്യം.

വാൾപരിചക്കളി, പരിചമുട്ടുകളി, കോൽക്കളി, തച്ചോളിക്കളി, പൂരക്കളി, മുടിയേറ്റ് തുടങ്ങിയ ഒട്ടേറെ നാടോടിക്കലാരൂപങ്ങളെക്കുറിച്ചും സൂചിപ്പിച്ചുവല്ലോ. കടത്തനാടൻ ഗ്രാമങ്ങളിൽ അവയൊക്കെയും ഇന്നും പഴയ കളരികളുടെ ശേഷപത്രങ്ങളായി ലാവണ്യം പരത്തുന്നുണ്ട്.

വാൾപരിചക്കളിയുടെയും കോൽക്കളിയുടെയും ആശാനായ സി.പി.ജി. ചമ്പാടും കോൽക്കളി, തച്ചോളിക്കളി, നാട്ടുകളി, പൂരക്കളി തുടങ്ങിയവയുടെ ആശാനായ പൊക്കൻ ഗുരുക്കളും കടത്തനാട് ചേകോർ കളരിസംഘവുമായി ബന്ധപ്പെട്ടാണ് പ്രവർത്തിക്കുന്നത്.

കരുണൻ ഗുരുക്കളുടെ ശിഷ്യന്മാർ കളരിയുടെ മേൽപ്പറമ്പിൽ ഞങ്ങൾക്കുവേണ്ടി പയറ്റുമുറകളുടെ പ്രദർശനവും നടത്തി. വെറും കൈപ്പയറ്റും വിവിധതരം മെയ്പ്പയറ്റുകളും വാൾപ്പയറ്റും കുന്തപ്പയറ്റുമൊക്കെയായി ആയോധനമുറകളുടെ ഒരു മഹാവിസ്മയം കൺമുമ്പിൽ വിടർന്നു.

ആളുയരത്തിൽ പറന്നുവെട്ടിയ പോരാളിയും അത്രയുമുയരത്തിൽത്തന്നെ പറന്നുചാടി പരിചകൊണ്ടു തടുത്തുമറിഞ്ഞ എതിരാളിയും കുറേ നേരത്തേക്കു സ്ഥലജലവിഭ്രാന്തിയുണ്ടാക്കി. കണ്ടത് സിനിമയല്ലെന്നു ബോധ്യമായപ്പോൾ ഉറുമി കലമ്പിയ പഴങ്കാലം കൺമുന്നിലെ പൊരുളായി.

പാലം വലിച്ച കിടങ്ങ് കവച്ചു ചാടിക്കടന്നും ഏഴാൾപൊക്കമുള്ള ഏഴു കോട്ടകൾ ചാടിമറിഞ്ഞും പറന്നിറങ്ങിയ പഴയ പടയാളികൾ കഥകളിൽനിന്നു പുറത്തേക്കു വന്ന് സത്യമായിത്തീരുകയായി.

"പീഠം ചലിച്ചങ്ങു വെച്ചു ചേകോൻ
പാവാടതന്നെ വിരിക്കുന്നുണ്ട്
പാവാട മുകളിൽ തളികവെച്ച്
തളിക നിറയോളം വെള്ളരിയും
വെള്ളരിമീതെ ഒരു നാളികേരം
നാളികേരത്തിന്മേൽ ചെമ്പഴുക്ക
പഴുക്ക മുകളിലൊരു കോഴിമുട്ട
കോഴിമുട്ടമേലൊരു ദൂശിനാട്ടി
ദൂശിമുനമേൽ ചുരികനാട്ടി
ചുരികമുനമേൽ മറിഞ്ഞുനിന്നേ
നൃത്തങ്ങൾ ഏഴും കുറിച്ചവനും"

എന്നാണ് കടത്തനാടൻ കളരിയഭ്യാസിയുടെ മെയ്‌വഴക്കത്തെക്കുറിച്ചുള്ള വടക്കൻപാട്ട്. 'മെയ്യ് കണ്ണായി' എന്നു പറഞ്ഞാൽ ഈ സാധനയുടെ അർത്ഥം പൂർത്തിയാവില്ല. നിത്യതപസ്യയുടെ സൂചിമുനമേലുള്ള നൃത്തമാണത്.

ഓതിരവും കടകവുമാണ് വടക്കൻപാട്ടുകളിൽ സ്ഥിരമായി ആവർത്തിച്ചുവരുന്ന അടവുകൾ. ശിരസ്സിനെ ലക്ഷ്യമാക്കി ആയുധം പ്രയോഗിക്കാനുള്ള അടവാണ് ഓതിരം. അത്തരം ആയുധപ്രയോഗങ്ങളിൽനിന്ന് കരണം മറിഞ്ഞൊഴിഞ്ഞുമാറുന്നതിന് 'ഓതിരം മാറുക' എന്നും പറയുന്നു. അരയ്ക്കുതാഴെ അടിക്കുവാനോ വെട്ടുവാനോ ഉള്ള അഭ്യാസമുറയാണ് കടകം.

ഓരോ അടവിനും ഓരോ മെയ്‌വഴക്കമാണ്. വിസ്മയിപ്പിക്കുംവിധം ചടുലമായ ചലനവേഗങ്ങൾ എതിരാളികളെ അസ്തവീര്യരാക്കുന്ന ആക്രമണപ്രത്യാക്രമണ തന്ത്രങ്ങൾ.

കരുണൻ ഗുരുക്കൾ പറഞ്ഞു:

"അശ്വവടിവും ഗജവടിവും സിംഹവടിവും ഒരേ മെയ്പ്പയറ്റിനകത്തുതന്നെ സമന്വയിപ്പിക്കപ്പെട്ടിട്ടുണ്ടെന്നുള്ളതാണ് കടത്തനാടൻ കളരി

മുറയുടെ പ്രധാനപ്പെട്ട സവിശേഷത. മെയ്പ്പയറ്റുതന്നെയാണ് ഞങ്ങൾക്ക് അടിസ്ഥാനമുറ. കൈകുത്തിപ്പയറ്റെന്ന് അറിയപ്പെടുന്ന മറ്റൊരു പയറ്റു മുറയും കടത്തനാടിന്റെ തനതാണ്."

പിന്നെ ഗുരുക്കളുടെ വായ്ത്താരിക്കനുസരിച്ച് ശിഷ്യന്മാർ കൈകുത്തി പ്പയറ്റിന് സജ്ജരായി.

"കൈതൊഴുതു മാറിനു പിടിച്ച് വലത്തുനടന്നു വലഭാഗം തൊഴു തമർന്ന് വലത്തു തേർ മുന്നിൽ നടന്നു തൊഴുതമർന്ന് മുട്ടൂന്നി അമർന്നു നിവർന്നു തൊഴുത് ഇടത്തുനടന്നു ഇടത്തേമ്മിൽ തെരുത്തുനീക്കി തോൾക്കണ്ടു പൊങ്ങി ഇടത്തും വലത്തും വഴിമാറിച്ചവിട്ടി എടത്തുനടന്നു എടത്തേമ്മിൽ തെരുത്തുനീക്കി തോൾക്കണ്ടു പൊങ്ങി വലത്തെ എടുത്തുമുമ്പിൽ ചവിട്ടിയമർന്ന് ഇടത്തുനടന്നുതുള്ളി കൈയുയർത്തി പിടിച്ചു നേരെ എടുത്തു...

പിന്നെയും പയറ്റുമുറകളുടെ വിസ്മയങ്ങളും സൗന്ദര്യങ്ങളും കളരി പ്പറമ്പിൽ കാഴ്ചയങ്കം പയറ്റി. കളരിയെക്കുറിച്ചറിയുവാൻ താത്പര്യം കാണിച്ചെത്തിയ ഞങ്ങൾക്കുവേണ്ടി മാത്രം, പ്രയാസമേറിയ പയറ്റു മുറകൾപോലും ശിഷ്യരെക്കൊണ്ട് പയറ്റിക്കുകയായിരുന്നു കരുണൻ ഗുരുക്കൾ.

"നിങ്ങളെപ്പോലെ ചില ചെറുപ്പക്കാരെങ്കിലും കളരികളെപ്പറ്റി അറി യാൻ താത്പര്യം കാണിക്കുമ്പോൾ വാസ്തവത്തിൽ വളരെ ആഹ്ലാദ മാണ് തോന്നുന്നത്. നമ്മുടെ സ്വന്തമെന്നു പറയാവുന്ന പരമ്പരാഗതമായ ഒരായോധന കലയാണ് കളരിപ്പയറ്റ്. ലോകത്തെവിടെയും കാണാൻ കഴിയാത്തവിധം അപൂർവ്വമായ ചില മെയ്പ്പയറ്റു വഴക്കങ്ങൾ നമുക്കുണ്ട്. പാരമ്പര്യസിദ്ധികളുള്ള ധാരാളം കളരികളും കേരളത്തിലുണ്ട്. എന്നാൽ അതിനെപ്പറ്റിയൊക്കെ ഗൗരവത്തോടെ പഠിക്കാൻ ആരും തയ്യാറാവു ന്നില്ല. നമ്മുടെ പണ്ഡിതന്മാരും സർക്കാരുമെല്ലാം കളരിയെ വളരെ നിസ്സാരമാക്കി അവഗണിക്കുകയാണ്. കരാട്ടെയും കുങ്ഫുവും പോലെ യുള്ള വൈദേശികമായ ആയോധനമുറകൾ പഠിക്കാനാണ് നമ്മുടെ യുവാക്കൾക്ക് താത്പര്യം. അതൊക്കെ ഇന്നൊരു ഫാഷനും പുതുമ യുമാണ്. പക്ഷേ ഒന്നോർക്കണം. ഈ കരാട്ടെയെക്കാളുമൊന്നും ഒട്ടും താഴെയല്ല നമ്മുടെ കളരിപ്പയറ്റ്. വേണമെങ്കിൽ ഒരുപടി മേലെതന്നെ യാണ്. വിദേശികൾക്ക് അത് അസ്സലായറിയാം. അവരാണിപ്പോൾ നമ്മളേക്കാളുമധികം കളരിപ്പയറ്റിനെ സ്നേഹിക്കുകയും ബഹുമാനിക്കു കയും ചെയ്യുന്നത്."

പിന്നെ ആസ്ത്രേലിയക്കാരനായ ക്ലൗഡ് എന്ന സായിപ്പ് തന്റെ ശിഷ്യ നായ കഥ ഗുരുക്കൾ അനുസ്മരിച്ചു.

"പന്തിരാൺവീശൽ പഠിക്കാനാണ് അയാൾ ഇവിടെ അന്വേഷിച്ചു വന്നത്. നോക്കുമ്പോൾ പന്തീരാൺ വീശലിന്റെ ചരിത്രമെല്ലാം എന്നേ ക്കാൾ കൂടുതൽ അയാൾക്കറിയാം. ഇവിടുത്തെ പ്രയാസങ്ങളും

അസൗകര്യങ്ങളുമൊക്കെ സഹിച്ച് ഞങ്ങളുടെ കൂടെ അയാളിവിടെ കൂടി. അയാളുടെ അർപ്പണബോധവും ഗുരുഭക്തിയും പരിശ്രമശീലവുമൊക്കെ എന്നെ അദ്ഭുതപ്പെടുത്തുകതന്നെ ചെയ്തു. കുറഞ്ഞൊരു കാലം കൊണ്ടുതന്നെ തികഞ്ഞൊരഭ്യാസിയായിട്ടാണ് അയാൾ മടങ്ങിയത്."

കടത്തനാടിന്റെ സവിശേഷമായ മറ്റൊരായോധന മുറയാണ് പന്തീരാൺവീശൽ. പന്ത്രണ്ടു ചാൺ നീളമുള്ള വടി അസാമാന്യ വേഗതയിലും വഴക്കത്തിലും വീശിക്കൊണ്ടുള്ള ഒരായോധനാഭ്യാസമാണത്. അഞ്ചു ചാൺ, എട്ടു ചാൺ എന്നീ വടിവീശലുകൾക്കു ശേഷമാണ് പന്ത്രണ്ടു ചാൺ വടിവീശൽ പഠിപ്പിക്കുന്നത്.

പെരുമഴ തിമിർത്തു പെയ്യുമ്പോൾ തലയ്ക്കുമീതെ പന്തീരാൺ വീശി ഒരു തുള്ളി മഴപോലും നനയാതെ നടന്നുപോയ കാരണവന്മാർ ആ ചരിത്രത്തിലെ വിസ്മയക്കാഴ്ചകളാകുന്നു.

പരിശീലനം വേണ്ടത്രയായിട്ടില്ലെങ്കിലും ഗുരുക്കളുടെ ശിഷ്യകളായ രണ്ടു പെൺകുട്ടികളും കളരിപ്പറമ്പിലെ അഭ്യാസക്കാഴ്ചയിൽ അത്യാവശ്യം മുറകളൊക്കെ പയറ്റി. അപൂർവ്വമായി വീണുകിട്ടിയ ആ അവസരം ഫിലിമിലാക്കിയ എന്റെ സുഹൃത്ത് കണ്ണനോട് ഗുരുക്കൾ പറഞ്ഞു:

"ഇതൊന്നും പത്രത്തിൽ കൊടുക്കരുത്. തികഞ്ഞ പരിശീലനം കിട്ടാത്തവരുടെ പിഴച്ച ചുവടുകൾ വെളിച്ചത്തുകണ്ടാൽ വിവരമുള്ളവർ മനസ്സിലാക്കുകയും പരിഹസിക്കുകയും ചെയ്യും. അല്പവിദ്യ പുറത്തു കാട്ടരുത് എന്നാണ് പഴയ പ്രമാണം."

പിന്നെ ഗുരുക്കൾ ഒരു കഥ പറഞ്ഞു. കളരി പഠിക്കാൻ തുടങ്ങി. കുറച്ചുനാൾ കഴിഞ്ഞപ്പോൾ 'ആയിരമാളുകളെ ഒറ്റയ്ക്കു നേരിടാ'മെന്നു വീമ്പുപറഞ്ഞ ശിഷ്യൻ ഒരു പന്തീരാണ്ടു പരിശീലനം കഴിഞ്ഞപ്പോൾ 'ഒരാൾ വന്നാൽ കഷ്ടിച്ചു തടി കാത്തുനിൽക്കാ'മെന്നു തിരുത്തിപ്പറഞ്ഞ കഥ.

ഉണ്ണിയാർച്ചയുടെ പാരമ്പര്യമുള്ള നാട്ടിൽനിന്ന് ഒരു പ്രാതിനിധ്യത്തിനുവേണ്ടിയെങ്കിലും ഇവരുണ്ടാവട്ടെ എന്ന് ഗുരുക്കളുടെ ശിഷ്യകളെ ഉദ്ദേശിച്ചു ഞാൻ പറഞ്ഞപ്പോൾ ഗുരുക്കൾ ചിരിച്ചു.

"കടത്തനാട്ടിൽ അഭ്യാസം തികഞ്ഞ പെൺകുട്ടികളൊക്കെ അപൂർവ്വമായി ഇന്നും ഉണ്ടാവുന്നുണ്ട്. പെൺകുട്ടികളെ സംബന്ധിച്ച് തികഞ്ഞൊരു പരിശീലനം പൂർത്തിയാക്കുവാൻ ഇപ്പോൾ സാഹചര്യം വളരെ കുറവാണ്. ഒരു പ്രായംവരെയൊക്കെയേ പെൺകുട്ടികളെ കളരിയിലയയ്ക്കാൻ ആളുകളിഷ്ടപ്പെടുന്നുള്ളൂ. അതും ഒരു കൗതുകത്തിനാണ്. നല്ല മെയ്‌വഴക്കവും താത്പര്യവും തികഞ്ഞുവരുമ്പോഴേക്കും പല കാരണങ്ങളാലും അവർക്ക് കളരി ഉപേക്ഷിച്ചുപോവേണ്ടിവരും. വാസ്തവത്തിൽ ഇക്കാലത്താണ് സ്ത്രീകൾക്ക് സ്വരക്ഷയ്ക്ക് മെയ്യഭ്യാസം അത്യാവശ്യമായിത്തീർന്നിരിക്കുന്നത്. പക്ഷേ സ്ത്രീസ്വാതന്ത്ര്യം, സമത്വം

എന്നൊക്കെ നമ്മൾ പുറത്തേക്കു പറയുമെങ്കിലും പ്രവൃത്തിയിലൊക്കെ നേരെ മറിച്ചാണ്."

ഗുരുക്കൾ പിന്നെയും ചിരിച്ചു.

കളരിയഭ്യാസികൾ, ആയുർവ്വേദ ചികിത്സാരംഗത്ത് പലവിധ സവിശേഷതകളോടെ നിലനിർത്തിപ്പോരുന്ന 'ഉഴിച്ചിൽ' എന്ന ചികിത്സാ രീതിയെക്കുറിച്ചും ഗുരുക്കൾ പറഞ്ഞു. കടത്തനാട്ടിൽ മിക്ക കളരിയഭ്യാസികളും നല്ല ഉഴിച്ചിൽക്കാരാണ്.

ആയുർവ്വേദ ചികിത്സാസമ്പ്രദായത്തിൽ 'ഉദ്വർത്തനം' (ഉഴിച്ചിൽ) വളരെ പ്രധാനപ്പെട്ട ഒരു ചികിത്സാശാഖയാണ്.

"ഉദ്വർത്തനം കഫഹരം

മേദോഘ്നം ശുക്ലദംപരം

ബല്ല്യം ശോണിത കൃൽകാന്തി

ത്വൽപ്രസാദ മൃദുത്വകൽ" എന്നാണ് 'യോഗരത്നാകര'ത്തിൽ പറയുന്നത്. (ഉദ്വർത്തനം കഫം നശിപ്പിക്കുന്നതും മേദസ്സ് കുറയ്ക്കുന്നതും ശുക്ലം വർദ്ധിപ്പിക്കുന്നതും രക്തം, ഓജസ്സ്, ചർമ്മനൈർമ്മല്യം എന്നിവ ഉണ്ടാക്കുന്നതുമാണ്.)

കൈകൊണ്ടുള്ള തിരുമ്മലിനും കാൽകൊണ്ടുള്ള ചവിട്ടി ഉഴിച്ചിലിനും പുറമെ 'പലക്കിട്ടുഴിച്ചിൽ' എന്നൊരു പ്രത്യേക രീതിയും കടത്തനാടൻ കളരികളിൽ പ്രചാരത്തിലുണ്ട്. പലകയോട് ശരീരം ചേർത്തുവെച്ചുകെട്ടി ഉഴിയുന്ന ഒരു സമ്പ്രദായമാണത്. കൂടുതൽ മെയ്‌വഴക്കം നേടുവാനാണ് പലക്കിട്ടുഴിച്ചിൽ നടത്തുന്നത്.

കരുണൻ ഗുരുക്കളോട് യാത്രപറഞ്ഞു പോരുമ്പോൾ സന്ധ്യമയങ്ങി. ഇരുട്ടുവീഴാൻ തുടങ്ങിയ നാട്ടുവഴികളിൽ നേരത്തെ നിലാവുദിച്ചിരുന്നു. തെങ്ങോലക്കുടകൾക്കു താഴെ ചോർന്നുവീഴുന്ന നിലാവെളിച്ചത്തിൽ വഴി തപ്പിപ്പിടിച്ച് ഞങ്ങൾ നടന്നു.

"ഒരു പഴയ കാലത്തിൽക്കൂടിയാണ് ഇപ്പോഴും നടക്കുന്നതെന്നു തോന്നുന്നില്ലേ?" കണ്ണൻ ചോദിച്ചു.

ശരിയാണ് കഴിഞ്ഞ കുറച്ചു ദിവസങ്ങൾ ഞങ്ങൾ നടന്നത് ഓർമ്മകളുടെ ഭൂതായനത്തിലാണ്. തലമുറകൾ പിറകിലേക്ക് നീണ്ടുപരന്നു കിടക്കുന്ന ഒരു ദേശത്തിന്റെ സ്മൃതിനിലങ്ങളിൽ. സാംസ്കാരികാധിനിവേശത്തിന്റെ പുത്തൻ പോർനിലങ്ങളിൽ ഓർമ്മകളെ പരിചയാക്കിക്കൊണ്ട് ചെറുത്തുനിൽക്കുന്ന ഒരു ജനതയുടെ സ്വതാഭിമാനങ്ങളിൽ.

ആലക്തിക പ്രകാശപ്രളയത്തിൽ മുങ്ങിപ്പോവാത്ത ഈ പറമ്പും പാടവും നാട്ടുവഴികളും കാവുകളും കളരികളുമൊക്കെ പണ്ടെന്നോ മുതൽ കണ്ടുപരിചയിച്ചതുപോലെ ഇപ്പോൾ തോന്നുന്നു.

പാട്ടുകളിൽ കേട്ട കഥകൾക്കു പിറകേ നടന്ന ബാല്യത്തിന്റെ സ്വപ്നാടനങ്ങളിലായിരിക്കുമോ ഈ വഴി വന്നത്? അതോ മുജ്ജന്മബന്ധങ്ങളുടെ കർമ്മവാസനകൾകൊണ്ട് നിരൂപിച്ചെടുത്ത മനസ്സിന്റെ തീർത്ഥയാത്രകളിലോ?

അറിഞ്ഞുകൂടാ. ഒന്നുമാത്രമറിയാം. ഈ വഴികൾ എന്റെ സ്വന്തം വഴികളാണ്. സ്വപ്നത്തിലും ജാഗ്രത്തിലും ജന്മവാസനകൾ നടന്നുതീർത്ത സ്വത്വസൗന്ദര്യത്തിന്റെ വഴികൾ.

കുമരംപുഴ കടന്ന്, ആറ്റുംമണപ്പുറം ഇട കടന്ന്, വെളപ്പളുങ്കൻ മല കടന്ന്, കോഴിക്കഴുത്തൻ മല കടന്ന്, പടല പഴുത്തുള്ള വാഴത്തോട്ടത്തിലൂടെ, അടയ്ക്ക പഴുത്തുള്ള കവുങ്ങിൻതോട്ടത്തിലൂടെ, ഇളനീർപന്തലിട്ട തെങ്ങിൻതോപ്പിലൂടെ കഥകളുടെ ഈ പ്രണയഭൂമിയിൽ ഞാനെന്നോ വന്നുചേർന്നിട്ടുണ്ട്.

പുത്തിലഞ്ഞിയും അന്തിമാടവും തേൻപുളിയും വളർമാവിൻതൈയും മുല്ലത്തറയും ദൈവപ്പാലയും കൂത്തുമാടവും അങ്കക്കളരിയും പരദേവതയുമുള്ള കന്നിരാശിയിൽ പുഴയും കുളവുമുള്ള എന്റെ തനിമയുടെ ജന്മഭൂമിയാണിത്. തനിമയുടെ വേറെയാകലിലൂടെ ചെറിയ ചെറിയ മനുഷ്യർ കണ്ടെടുക്കുന്ന ഈ കിനാക്കാഴ്ചകളുടെ ലോകത്ത് കഥകളും ചരിത്രങ്ങളും ആ മനുഷ്യരേക്കാൾ വലുതാണ്. ദൂരദർശനത്തിന്റെ ഇരുപതിഞ്ച് സമചതുരത്തിലേക്ക് ലോകത്തിന്റെ കാഴ്ചകളെ മുഴുവൻ ചെറുതാക്കിയൊതുക്കുന്ന പുതിയകാല മനുഷ്യന് നഷ്ടമായിപ്പോവുന്നതും കഥകളുടെ ആ വലിപ്പമാണ്. മനുഷ്യനിൽനിന്നു പിറന്ന് മനുഷ്യനേക്കാൾ വളർന്നുവലുതാവുന്ന, അതിരില്ലാത്തൊരു വിശാലതയുടെ വെളിപാടും വെളിച്ചവും.

സ്വത്വാന്വേഷണങ്ങളുടെ ഈ വിശുദ്ധ തീർത്ഥാടനം അവസാനിപ്പിക്കുമ്പോൾ അനന്തതയോടുള്ള ആ പ്രാർത്ഥന മാത്രം, തീരാത്ത തേടലായി, പിന്നെയും ബാക്കിയാവുന്നു.

ത്രിമൂർത്തി മലയിറങ്ങുന്ന കണ്ണുനീർ തീർത്ഥം

കാൽനൂറ്റാണ്ടുമുമ്പ് ത്രിമൂർത്തി മലയിലേക്കു പോയപ്പോൾ അതൊരു വലിയ സാഹസികയാത്രയായിരുന്നു. ക്ലേശപൂർണമായ ഒരലച്ചിലിനൊടു വിലാണ് അവിടെയെത്തിയത്. പൊള്ളാച്ചിക്കു പോവുന്ന വഴിയിൽ ഉടുമൽപ്പേട്ടിൽ ബസ്സിറങ്ങി ഇരുപതു മൈൽ ദൂരം റൂട്ട് ബസ്സിലും നടന്നുമായി ത്രിമൂർത്തീക്ഷേത്ര പരിസരത്തെത്തിയപ്പോൾ ഭയപ്പെടുത്തുന്ന ഏകാന്തതയായിരുന്നു അവിടെ. എനിക്ക് മലവാരത്ത്, അത്രിമഹർഷി തപസ്സു ചെയ്ത സ്ഥലം എന്നു വിശ്വസിക്കപ്പെടുന്ന ഇടത്ത് ചെന്നെത്തണമെന്നുണ്ടായിരുന്നു. അവിടെ, ഒരു പാറയിടുക്കിൽനിന്നാണ് നിളാ നദി ഉദ്ഭവിക്കുന്നത് എന്നാണ് കണക്കാക്കപ്പെട്ടിരിക്കുന്നത്. പക്ഷേ വിജനമായ ക്ഷേത്രപരിസരത്തെ കാട്ടുവഴികളിലൂടെ അങ്ങോട്ടു പോവാൻ കഴിഞ്ഞില്ല. അവസാനത്തെ മിനി ബസ്സിൽ ഉടുമൽപ്പേട്ടയ്ക്കു മടങ്ങണമായിരുന്നു.

2011-ൽ വീണ്ടും ത്രിമൂർത്തി മലയിലെത്തിയത് ഒരു ചാനൽദൗത്യത്തിന്റെ ഭാഗമായിട്ടാണ്. അന്നും പക്ഷേ നിളാനദിയുടെ ഉറവിടത്തിലെത്താൻ കഴിഞ്ഞില്ല.

ഇത്തവണ ക്ഷേത്രപരിസരം ജനനിബിഡമായിരുന്നു. അനേകം ടൂറിസ്റ്റ് ബസ്സുകൾ, വിലകൂടിയ കാറുകൾ, തടിച്ചുകൊഴുത്ത ഭക്തജനങ്ങൾ.

ക്ഷേത്രഭാരവാഹികളാണ് ഞങ്ങളുടെ യാത്രയിൽ വില്ലന്മാരായത്.

ചാനൽ ക്യാമറയുമായി ക്ഷേത്രപരിസരത്ത് അനുവാദമില്ലാതെ ചെന്നതിന്റെ പേരിൽ ക്ഷേത്രകാര്യസ്ഥന്മാർ തടഞ്ഞു. അക്രമാസക്തമായ ചോദ്യം ചെയ്യലിനൊടുവിൽ ക്യാമറയും തൂക്കി കഷ്ടിച്ച് പ്രാണനും കൊണ്ടു രക്ഷപ്പെടുകയായിരുന്നു.

ത്രിമൂർത്തി ക്ഷേത്രത്തിന്റെ താഴത്തു വന്നപ്പോഴാണ് അക്രമാസക്തമായ ആ തടഞ്ഞുവെക്കലിന്റെ യഥാർത്ഥരഹസ്യം വെളിവായത്.

ത്രിമൂർത്തിക്ഷേത്രപരിസരം ഇന്നൊരു ഡാം സൈറ്റാണ്. ശൈവ-വൈഷ്ണവ-ബ്രഹ്മ ക്ഷേത്രസ്ഥാനങ്ങളുടെ താഴ്വരയിൽ ഒരു കിലോമീറ്ററോളം ദൈർഘ്യത്തിൽ തമിഴ്നാട് സർക്കാർ കെട്ടിയ ത്രിമൂർത്തി ഡാമിന്റെ ജലസംഭരണി പരന്നുകിടക്കുന്നു. ത്രിമൂർത്തീക്ഷേത്രങ്ങൾ വലം വെച്ചുവരുന്ന നിളയുടെ മനോഹര ശൈശവത്തെ ഉറവയിൽത്തന്നെ തടഞ്ഞുനിർത്തിയാണ് ത്രിമൂർത്തീ ഡാം കെട്ടിയിട്ടുള്ളത്. പടിഞ്ഞാറൻ തമിഴകത്തിന്റെ പ്രധാനപ്പെട്ട ഒരു ജലസ്രോതസ്സാണ് ത്രിമൂർത്തി അണക്കെട്ടിന്റെ പടുകൂറ്റൻ ജലസംഭരണി. കടൽപോലെ ജലം നിറഞ്ഞുകിടക്കുന്നു.

'നദീമുഖത്ത് അണകെട്ടുന്നവർ ശിശുഹത്യാപാപമാണ് ചെയ്യുന്നത്' എന്നു പറഞ്ഞത് മഹാകവി കാളിദാസനാണ്.

നിളാനദിയെ അതിന്റെ ശൈശവത്തിൽത്തന്നെ കൊന്നു സംഭരിച്ച ജീവനമാണ് അമരാവതി ഡാമിൽ നിറഞ്ഞുതുളുമ്പുന്നത്. തുളുമ്പി പുറത്തുചാടിയ കുറച്ചു ജീവജലവുമായാണ് പിന്നീട് നിളാനദിയുടെ ആദ്യപോഷകനദി അമരാവതിപ്പുഴ ആനമല നിരകളിൽനിന്നു താഴേക്കു പുറപ്പെട്ടുപോരുന്നത്. നിളയുടെ മറ്റൊരു പോഷകനദിയായി ആനമലയിൽനിന്നുദ്ഭവിക്കുന്ന പാലാറിലും തമിഴ്നാട് വലിയൊരു ഡാം നിർമ്മിച്ചിട്ടുണ്ട്. വാൾപ്പാറ മലയിൽനിന്നു വരുന്ന അളിയാറിലും തമിഴ്നാടിന്റെ മറ്റൊരു അണക്കെട്ട് ചിറ്റൂർപുഴയെ തടയുന്നു.

കേരളാതിർത്തി കഴിഞ്ഞാൽപ്പിന്നെ മലമ്പുഴ, കാഞ്ഞിരപ്പുഴ, മംഗലം, പോത്തുണ്ടി, ചീരക്കുഴി തുടങ്ങി ഒട്ടേറെ അണക്കെട്ടുകൾ. ഇങ്ങനെ സ്വന്തം അതിർത്തികളിൽ നദിയെ തടഞ്ഞുനിർത്തി താഴേക്കുള്ള ഒഴുക്കു തടയുന്ന ജലചൂഷണത്തിന്റെ ഏറ്റവും ഭീകരമായ ഒരു മുഖമാണ് നദീമുഖമായ ത്രിമൂർത്തിയിലെ അമരാവതി അണക്കെട്ട്. ഡാം സൈറ്റിന്റെ പരിസരങ്ങളിലേക്ക് ക്യാമറയുമായി ചെല്ലുന്നതിന് കർശനമായ വിലക്കുകളുണ്ട്. അതിന്റെ ഭാഗമായിട്ടാണ് (അല്ലാതെ ഭക്തിയുടെയും പവിത്രതയുടെയും പേരിലല്ല) ക്ഷേത്രകാര്യസ്ഥന്മാർ ഞങ്ങളെ തടഞ്ഞത്.

നദീമുഖം 'ഗംഗോത്രി'യാണ്. അവിടെയെത്താൻ സമയമായിട്ടില്ല എന്നു സമാധാനിച്ചു പിന്നെ ഞാൻ.

പ്രധാന ക്ഷേത്രപാതയിൽനിന്നു കുറെക്കൂടി താഴേക്കു സഞ്ചരിച്ച് അത്ര ഭക്തജനത്തിരക്കില്ലാത്ത ശിവക്ഷേത്രത്തിനു സമീപത്തെ കാട്ടുവഴികളിലൂടെ അണക്കെട്ടിന്റെ മറുപുറത്തേക്കു ഞങ്ങൾ നടന്നുചെന്നു. ഏകാന്തവും വിജനവുമായ ഒരു പ്രശാന്തവിസ്തൃതിയിലേക്ക്. നയനാഭിരാമമാണ് ഇവിടുത്തെ കാഴ്ച.

അപാര വിസ്തൃതിയിൽ പരന്നുകിടക്കുകയാണ് അണക്കെട്ടിലെ നീല ജലം. ആകാശം താഴെ വീണുകിടക്കുന്നതുപോലെ. മേലും കീഴും

ഒടുങ്ങാത്ത ശ്യാമരാശി മാത്രം. കണ്ണെത്താദൂരത്തോളം ഘനജല സംഗീതം.

ജലത്തിൽ മുഖം നോക്കി മൂന്നു മലകൾ കുനിഞ്ഞുനിൽക്കുന്നു.

അണക്കെട്ടല്ല, ഇതൊരു പ്രാചീന വനതടാകമാണ് എന്നു തോന്നിപ്പോവും. തടാകത്തെയും മലകളെയും ചൂഴ്ന്ന് കറുത്തിരുണ്ട കന്യാവനം.

ആനമല നിരകളിലെ അവിരാമമായൊരു ജൈവശൃംഖലയാണ് ഈ പ്രദേശം. ധ്യാനപൂർണമായ ഒരു ജൈവനിർഭരസംഗീതം ഇവിടെ നിൽക്കുമ്പോഴനുഭവിക്കാം. ആ സംഗീതം അലയടങ്ങിയ വനതടാകത്തിന്റെ മൗനത്തിൽ നിന്നാവാം. കാട്ടുപക്ഷികളുടെ ചിറകടിയിൽനിന്നാവാം. കാറ്റിന്റെ കുസൃതികളോട് ഇലകളും പൂക്കളും പ്രകടിപ്പിക്കുന്ന പ്രണയമർമ്മരങ്ങളിൽ നിന്നാവാം.

ത്രികൂടങ്ങൾ ചുറ്റും ശിരസ്സു താഴ്ത്തിനിൽക്കുന്നതിനാൽ ഭൂമിയുടെ ഏതോ അഗാധമായ കാനനോദ്യാനത്തിലാണ് നിൽക്കുന്നത് എന്നു തോന്നും.

മറക്കാനാവാത്ത കുറെ വിശുദ്ധനിമിഷങ്ങളാണ് അമരാവതി അണക്കെട്ടിന്റെ താഴേത്തടം ഞങ്ങൾക്കു സമ്മാനിച്ചത്. കാട്ടുവഴികളിലൂടെത്തന്നെയാണ് പിന്നെ ഞങ്ങൾ ശൈവമലയുടെ താഴ്വാരത്തേക്കു നടന്നത്. വഴികളിൽ പടുകൂറ്റൻ മൺപുറ്റുകൾ കണ്ടു. ആദിവാസികൾ മഞ്ഞളും നൂറുമാടി നാഗാരാധന ചെയ്തതിന്റെ അടയാളങ്ങൾ ഓരോ മൺപുറ്റിലുമുണ്ട്.

“പാമ്പുകൾ ധാരാളമുണ്ടാവും” എന്ന് കൂടെയുള്ള സുരേഷ് ദാമോദരൻ പറഞ്ഞതും ഒരു പാമ്പ് മൺപുറ്റിൽനിന്നിറങ്ങി പൊന്ത കെട്ടിയ വഴിയിലേക്കിഴഞ്ഞുപോയതും ഒരുമിച്ചാണ്. പിന്നീടുള്ള ഓരോ ചുവടും പേടിച്ചു പേടിച്ചായിരുന്നു. ആളുകൾ നിരന്തരം സഞ്ചരിക്കുന്ന വഴിയല്ല. പുല്ലുമൂടിയ ഒരു നേർത്ത ചവിട്ടടിപ്പാത മാത്രം അവ്യക്തമായി കാണാനുണ്ട്. ആ വഴി ഒരു വിധത്തിൽ ശൈവമലയുടെ അടിവാരത്തിലെ വീതിയുള്ള നാട്ടുപാതയിലേക്കെത്തി.

നാട്ടുപാതയ്ക്കരികിൽ കരിമ്പനയോല മേഞ്ഞ ഒരു ചെറിയ കാട്ടമ്പലം. കോവിലിലെ പൂജാരിയായ വനവാസിമൂപ്പൻ വലിയ ആചാരങ്ങളോടെ ഞങ്ങളെ സ്വീകരിച്ചു. എന്തൊക്കെയോ പ്രാകൃതമന്ത്രങ്ങൾ ചൊല്ലി മണിയടിച്ച് കോവിലിൽ ചില ആരാധനകൾ ചെയ്തു. കർപ്പൂരത്തട്ടുപോലെയുള്ള ഒരു പാത്രത്തിൽ പൂക്കളും ഭസ്മവുമിട്ട് ഞങ്ങളെ ഉഴിഞ്ഞു. പ്രസാദമായി എന്തോ ഞങ്ങളുടെ കൈകളിലേക്കിട്ടുതന്നു. അതു തിന്നുകൊള്ളാനാംഗ്യം കാണിച്ചു.

സൗണ്ട് റെക്കോർഡിസ്റ്റായ അലക്സച്ചായൻ കണ്ണിറുക്കി കാണിച്ചു.

“തിന്നുപോവരുത്.”

എന്തു ചെയ്യേണ്ടൂ എന്നറിയാതെ പരുങ്ങുമ്പോഴേക്കും ഭാഗ്യത്തിന് മൂപ്പൻ ദക്ഷിണയ്ക്ക് തട്ടുകാണിച്ചു.

നൂറുറുപ്പിക ദക്ഷിണവെച്ചതും പൂജാരി പിന്നെ ഞങ്ങൾ പ്രസാദം താഴെയിട്ടതൊന്നും ശ്രദ്ധിച്ചില്ല. ആ നോട്ട് നെഞ്ചത്തും കണ്ണിലും വെച്ച് ആകാശത്തേക്കു നോക്കി എന്തൊക്കെയോ വിളിച്ചു പ്രാർത്ഥിച്ചു. ഞങ്ങളെ ഓരോരുത്തരേയും അനുഗ്രഹിച്ചു. പിന്നെ പ്രാകൃതമോ തമിഴോ ചെന്തമിഴോ എന്നറിയാത്ത ഭാഷയിൽ വാതോരാതെ പലതും പറഞ്ഞു.

ഞങ്ങളുടെ കൂട്ടത്തിൽ തമിഴ് നല്ലപോലെ അറിയും എന്നവകാശപ്പെട്ടിരുന്ന ക്യാമറാമാൻ സിയാദ് പറഞ്ഞത് അത് പ്രാദേശികമൊഴിഭേദമുള്ള വാമൊഴിത്തമിഴ് തന്നെയാണെന്നാണ്. സിയാദ് പരിഭാഷപ്പെടുത്തിയതനുസരിച്ച് അയാൾ പറഞ്ഞതിന്റെ സാരാംശം ഇങ്ങനെ:

“ഈ മൂന്നു മലകളും വാണ ദൈവമാണ് അയാളുടെ കോവിലിരിക്കുന്നത്. അണക്കെട്ടു വന്നപ്പോൾ അവരുടെ കോവിൽ പൊളിച്ചു. കുടിലുകൾ പൊളിച്ചു. പകരം സ്ഥലം കിട്ടിയില്ല. അതുകൊണ്ടാണ് കാട്ടുവഴിയുടെ ഓരത്ത് പുറമ്പോക്കിൽ കുടിലുകെട്ടി ‘കടവുളി’നെ പാർപ്പിച്ചിരിക്കുന്നത്. അയാളും താമസം ദൈവത്തോടൊപ്പം ആ കുടിലിൽത്തന്നെ. വനവാസികളെല്ലാം പലവഴി ചിതറിപ്പോയി. കടവുളിനിപ്പോൾ ‘പശ’ങ്കൾ ഇല്ല. പശിയാറ്റാൻ വഴിയുമില്ല. ഈ മൂന്നു മലകളും കാടും കാത്ത ദൈവമാണ്. ഞങ്ങൾക്ക് മംഗല്യവും കുഞ്ഞുങ്ങളെയും തന്നത് ഈ ദൈവമാണ്. ഈ മണ്ണിന്റെ മുഴുവൻ ഉടയവരാണ്. മറ്റു ദൈവങ്ങളൊക്കെ പിന്നെ വന്നുകയറിയതാണ്. പക്ഷേ ഇത് എല്ലാ ദൈവങ്ങളിലും പെരിയ ദൈവം. നിങ്ങൾ നോക്കിക്കോ. കടവുൾ എല്ലാം കാണുന്നുണ്ട്. ഒരു ദിവസം എല്ലാം അടിയിളക്കി കാണിച്ചുകൊടുക്കും. എല്ലാ ചതിയന്മാരെയും ശിക്ഷിക്കും. നിങ്ങളെ ഒന്നും ചെയ്യുകയില്ല. നിങ്ങൾ പെരിയവർ. കടവുൾ നിങ്ങളെ കാക്കും.”

ചരിത്രത്തിലെ ഒരു വലിയ ചതിയുടെ കഥയാണ് അനാഥനായ ആ വനവാസി പറയുന്നത്. ഈ വനമേഖലയ്ക്കു മുഴുവൻ ഉടമകളായിരുന്ന ആദിവാസികളെ അവരുടെ സ്വന്തം മണ്ണിൽനിന്നു കുടിയിറക്കിയ കഥ. അവരുടെ ദൈവങ്ങളേയും വിശ്വാസങ്ങളേയും കുടിയിറക്കിയ കഥ. അവിടെ പിന്നെ പുതിയ വിശ്വാസങ്ങളും ദൈവങ്ങളും കുടിയേറി. സംസ്കാര ചരിത്രത്തിലെ ആ വലിയ അധിനിവേശകാലത്താണ് മലമുകളിലെ വനദൈവങ്ങൾ ആര്യദൈവങ്ങളായ ത്രിമൂർത്തികളാൽ പുറമ്പോക്കിലേക്കു തള്ളിമാറ്റപ്പെട്ടത്. ആ അധിനിവേശം സൃഷ്ടിച്ച ഐതിഹ്യകഥ ഇങ്ങനെ.

ഏകദൈവവിശ്വാസിയായിരുന്ന അത്രിമഹർഷി തനിക്ക് ഒരു സത്പ്പുത്രനെ ലഭിക്കാൻ വേണ്ടി ശൈവമലയിൽ ഉഗ്രതപസ്സനുഷ്ഠിച്ചു. തപഃശക്തിയാൽ ഉഷ്ണം മൂത്ത് കാട് കരിഞ്ഞു. നദികൾ വറ്റിവരണ്ടു. തൊണ്ട നനയ്ക്കാൻ ഒരിറ്റുവെള്ളം കിട്ടാതെയായി.

വെള്ളത്തിനുവേണ്ടി മുനിപത്നിയായ അനസൂയാദേവി ഗംഗയെ പ്രാർത്ഥിച്ചു. ഗംഗാദേവി പ്രത്യക്ഷപ്പെട്ടു. അത്രിമഹർഷി തപസ്സു ചെയ്യുന്ന ഗുഹാന്തർഭാഗത്ത് പാറയിൽ തുളച്ചുനോക്കിയാൽ ജലം ലഭിക്കുമെന്നു വരം നൽകി.

അതുപ്രകാരം അനസൂയാദേവി പാറയിൽ സൃഷ്ടിച്ച ദ്വാരത്തിൽ നിന്നു കുതിച്ചുചാടിയതാണത്രെ നിളാനദി. ഒപ്പം അവിടെ ഒരു സ്വയംഭൂ ശിവലിംഗവുമുണ്ടായി. ഏകനായ ദൈവം താൻ തന്നെയെന്ന് ശിവൻ പ്രഖ്യാപിച്ചു.

അപ്പോഴതാ വിഷ്ണുവും ബ്രഹ്മാവും പ്രത്യക്ഷരാവുന്നു. "ഏക ദൈവം ഞാൻ, ഞാൻ" എന്ന് ഓരോരുത്തരും അവകാശപ്പെടുന്നു.

അത്രിമഹർഷി അപ്പോൾ ബ്രഹ്മാവിഷ്ണു മഹേശ്വരന്മാരെ ഓരോ മലകളിൽ പ്രതിഷ്ഠിച്ചു. ത്രിമൂർത്തികൾ ഓരോ പുത്രന്മാരേയും അത്രി മഹർഷിക്കു സമ്മാനിച്ചു.

അന്നുമുതൽ ഗംഗയുടെ സാന്നിധ്യം ത്രിമൂർത്തിമലയിലുണ്ടെന്നും ത്രിമൂർത്തി മലയിലെ ഗുഹാന്തർഭാഗത്തെ സ്വയംഭൂ ശിവലിംഗത്തിന്റെ ജടയിൽനിന്നാണ് ഭാരതപ്പുഴയുടെ ഉദ്ഭവമെന്നും ഈ കഥ പറയുന്നു. ത്രിമൂർത്തീതീർത്ഥമെന്നും ത്രിമൂർത്തിയാറെന്നും പറയുന്ന ഈ നേർത്ത നീരൊഴുക്കാണ് താഴേക്ക് അമരാവതിപ്പുഴയായി നിറഞ്ഞൊഴുകുന്നത്.

ഈ കഥ നൽകുന്ന സൂചന വ്യക്തമാണ്. തമിഴകം വഴി പാലക്കാട് ചുരം കടന്നെത്തിയ ശൈവ-വൈഷ്ണവ-ബ്രഹ്മവിശ്വാസങ്ങളുടെ വ്യാപനകാലത്താണ് ആദിവാസികളുടെ പ്രാക്തനവിശ്വാസങ്ങൾക്കുമേൽ ത്രിമൂർത്തികൾ കുടിയിരുന്നത്.

വിശാലമായ പാലക്കാട് ചുരം അധിനിവേശങ്ങളുടെ ഒരു കരമുഖമാണ്. (Land port) ആ വഴി വന്ന ഹൈന്ദവവൽക്കരണത്തിന്റെ കാറ്റാണ് ഒരുകാലത്ത് നിളാനദിയുടെ ഉത്ഭവത്തിനടുത്തും അഴിമുഖത്തിനടുത്തും ത്രിമൂർത്തികളെ പ്രതിഷ്ഠിച്ചത്. (അഴിമുഖത്തിനടുത്താണല്ലോ തിരുനാവായയിലെ ത്രിമൂർത്തിക്ഷേത്രങ്ങൾ) ത്രിമൂർത്തികളെ വലംവെച്ചു പുറപ്പെട്ടുപോരുന്ന നിളാനദി ത്രിമൂർത്തികളെ വലം വെച്ചുതന്നെ കടലിൽ ചേരുന്നു. തുടക്കവും ഒടുക്കവും ഗംഗയാകുന്നു. അങ്ങനെ നിളാനദി പുണ്യനദിയാകുന്നു.

വനസ്ഥലിയുടെ പുറമ്പോക്കിലേക്കു തള്ളിമാറ്റപ്പെട്ട വനവാസി പൂജാരി പറയുന്ന ദൈവകഥയിലെ ചില അംശങ്ങൾ ഇന്നും ത്രിമൂർത്തീ ക്ഷേത്രവിശ്വാസങ്ങളിൽ നിലനിൽക്കുന്നുണ്ട്. അമണലിംഗേശ്വരൻ എന്ന വനാതിർത്തിയിലെ ആദ്യക്ഷേത്രത്തിലെ ദൈവം ദീർഘമംഗല്യം സമ്മാനിക്കുന്ന കടവുളാണെന്ന വിശ്വാസം ആദിവാസികളുടേതാണ്. ക്ഷേത്രത്തിൽ വന്നു വിവാഹം ചെയ്യുന്ന ആദിവാസികൾ ദീർഘമംഗല്യത്തിനുവേണ്ടി ആദ്യരാത്രിയിൽ കാട്ടിൽ വെച്ചുണ്ടു പാർക്കുന്ന പതിവുണ്ടായിരുന്നുവത്രെ. ഇന്നും അപൂർവമായെങ്കിലും ആദിവാസികൾ അമണലിംഗേശ്വരൻ കോവിലിൽ വരുന്നുണ്ട്.

ത്രിമൂർത്തിമലയിറങ്ങുമ്പോൾ കാറ്റും പുഴയും പറഞ്ഞത് ചതിയുടെയും കൊതിയുടെയും പിടിച്ചടക്കലുകളുടെയും ചരിത്രമാണ്. കുടിയേറ്റങ്ങളുടെയും കുടിയിറക്കലുകളുടെയും കഥ. സ്വന്തം മണ്ണിൽ അഭയാർത്ഥികളാക്കപ്പെട്ട മനുഷ്യരുടെ നിസ്സഹായ ദുരന്തങ്ങൾ ലോകത്തെല്ലായിടത്തും ആവർത്തിച്ചുകൊണ്ടേയിരിക്കുന്നു. ഒരു ദൈവങ്ങളും രക്ഷയ്ക്കെത്താത്ത അത്തരമൊരു ജനതയുടെ കണ്ണീരുറവയാകുന്നു മലയിറങ്ങി വരുന്ന ത്രിമൂർത്തിതീർത്ഥം.

ആദിഗോത്രങ്ങളുടെ കറുത്ത സത്യം തേടി

പാലക്കാടിന്റെ കിഴക്കൻ വനമേഖലകളിൽനിന്ന് മലനാട്ടിലെ ഗ്രാമഭൂമികളിലേക്ക് പടർന്നുനിറഞ്ഞ വിശ്വാസപരമ്പരകളുടെ ഒരനുസ്യൂത സൗന്ദര്യപ്രവാഹമുണ്ട്. ഈ മണ്ണിലെ ആദിഗോത്രസമൂഹങ്ങൾ പാലിച്ചുപോന്ന പ്രാക്തനമായൊരു സമൂഹജീവിത സംസ്കൃതിയുടെ തനിമയും ലാവണ്യവുമാണ് അതിൽ അന്തർഭവിച്ചുകിടക്കുന്നത്. സഹസ്രാബ്ദങ്ങൾ നീണ്ടുകിടക്കുന്ന വിവിധങ്ങളായ അധിനിവേശങ്ങളെയെല്ലാം അതിജീവിച്ച് ഈ മണ്ണിന്റെ തനതായൊരു ഗോത്രജീവിതസാരം ഇവിടെ ഇന്നും വിശ്വാസമുദ്രകളായി മായാതെ കിടക്കുന്നു. പാലക്കാടൻ ഗ്രാമങ്ങളിലൂടെ യാത്ര ചെയ്തിട്ടുള്ളപ്പോഴെല്ലാം ആദിസംസ്കൃതിയുടെ സൗന്ദര്യസ്മാരകങ്ങളായ ഒട്ടേറെ പുരാഗോത്രചിഹ്നങ്ങൾ നമ്മുടെ കാണാച്ചരിത്രങ്ങളിലേക്കുള്ള വഴി കാണിച്ചുതന്നിട്ടുണ്ട്.

"നിന്റെ ജന്മത്തിന്റെ അതീത കാലങ്ങളിൽനിന്നു വരുന്ന ഈ പിതൃപരമ്പരകളെ ഓർമ്മയില്ലേ?" എന്ന് വഴിവക്കിൽക്കിടന്ന അനാഥദൈവങ്ങൾ പലപ്പോഴും വിളിച്ചുചോദിച്ചിട്ടുണ്ട്.

മാടൻ, ചാത്തൻ, പറക്കുട്ടി, ഗുളികൻ, ഭൈരവൻ, മലയൻ, കരിങ്കുട്ടി, കരിയാത്തൻ, മലങ്കുറവൻ, മലങ്കുറത്തി, പിള്ളതീനി, നാഗയക്ഷി എന്നിങ്ങനെ ആഭിജാത്യവും അംഗീകാരവുമില്ലാത്ത ഒട്ടനവധി അനാര്യദൈവങ്ങൾ.

പാതയോരങ്ങളിലെ മരച്ചുവടുകളിൽ പൂപ്പുപിടിച്ച ശിലാപ്രതിഷ്ഠകളായും അടിയാളജാതിക്കാരുടെ ക്ഷുദ്രമണ്ഡകങ്ങളിൽ തീണ്ടലുള്ള ഹീനമൂർത്തികളായും നാട്ടുകാവുകളിലെ ഇരുൾപ്പൊന്തകളിൽ ചിതൽപ്പുറ്റുമൂടിയ ചിത്രകൂടങ്ങളായും അവർ അനാഥരായിക്കിടന്നു.

കുടിയേറ്റക്കാരായ ആര്യദൈവങ്ങൾ സ്വർണത്താഴികവെച്ച മഹാഗോപുരങ്ങൾക്കുതാഴെ, ശ്രീ സമൃദ്ധമായ ശ്രീകോവിലുകളിൽ, വെണ്ണയും പാലും ഭുജിച്ച് സുഖലോലുപരായി പള്ളികൊണ്ടപ്പോൾ വെയിലും

മഞ്ഞും മഴയുംകൊണ്ട് പെരുവഴിയിൽ പട്ടിണികിടന്ന നാട്ടുദൈവങ്ങൾ ചരിത്രത്തിലെ നോക്കുകുത്തികളായി.

പ്രാദേശിക സ്വത്വങ്ങളുടെ വിശ്വാസഭൂമികകളെ അതിലംഘിച്ച് കുടിയേറിവന്ന സംഘടിത സവർണദൈവശാസ്ത്രങ്ങൾ എങ്ങനെയാണ് വംശീയവും ഗോത്രാത്മകവുമായ സൗന്ദര്യസഞ്ചയങ്ങളെ ചരിത്രത്തിൽനിന്നു തമസ്കരിച്ചുകളഞ്ഞത് എന്നറിയണമെങ്കിൽ ഈ പുരാതന ദൈവഭൂമികളിലേക്ക് സാംസ്കാരിക തീർത്ഥയാത്ര നടത്തണം.

അവിടെ നാം ആത്മദാസ്യത്താൽ സ്വത്വബലം കെട്ടുപോയ അടിയാള ഗോത്രസമൂഹങ്ങളെ കാണുന്നു. അവർക്കുമേൽ ബുദ്ധിപരമായ അധികാരത്തിന്റെ മർദ്ദന സമ്മർദ്ദങ്ങളിലൂടെ നിരന്തരമായ ആധിപത്യംപുലർത്തിപ്പോരുന്ന സവർണരാഷ്ട്രീയത്തിന്റെ പടയോട്ടങ്ങൾ കാണുന്നു.

മണ്ണിലുള്ള അവകാശം തങ്ങൾക്ക് 'സ്വയംഭൂവാണെന്നു സ്ഥാപിച്ചെടുത്ത സവർണ്ണ-ബ്രഹ്മസ്വ സമൂഹങ്ങൾ മണ്ണിന്റെ യതാർത്ഥ ഉടമസ്ഥരെ അവരുടെ ജന്മഭൂമികളിൽത്തന്നെ ആജന്മദാസന്മാരാക്കി അടിമകിടത്തിയ കറുത്ത കാലങ്ങളാണത്. ജീവികാദാസ്യംകൊണ്ട് ദേഹദാസ്യവും ആത്മദാസ്യവും കൈവന്ന അടിയാള ഗോത്രങ്ങളുടെ അനേകം തലമുറകൾ അവിടെ അടിമകളായി മാത്രം ജനിച്ചുമരിച്ചു.

കുടിയേറിവന്ന ആര്യഗോത്രങ്ങൾ അവരുടെ പൗരോഹിത്യ-ഭൂവുടമബലം കാട്ടി എത്ര സഹസ്രാബ്ദങ്ങളാണ് മണ്ണിന്റെ സ്വന്തം മക്കളെ കാണാമറയത്തും തീണ്ടാമറയത്തും നിർത്തിയത്?

ആര്യന്റെ ദൈവഭൂമികളിലേക്ക് ഈ നൂറ്റാണ്ടിന്റെ രണ്ടാംപകുതിവരേയും പ്രവേശനം നിഷേധിക്കപ്പെട്ടിരുന്ന തീണ്ടൽജാതിക്കാരായ അവർണഗോത്രങ്ങൾ. അതേ ആര്യദൈവങ്ങളുടെ ജന്മഭൂമികൾ സ്വന്തം മണ്ണിലാണെന്നു സ്ഥാപിച്ചെടുക്കാനുള്ള പുതിയ പടയോട്ടങ്ങളിൽ ആര്യഗോത്രങ്ങളേക്കാൾ ആവേശത്തോടെ അണിചേരുന്നത് ഏതു ദാസ്യത്തിന്റെ പ്രേരണയാലാണ്?

ഉത്തരം സാംസ്കാരികാടിമത്തങ്ങളുടെ തുടർക്കഥയാണ്.

ചരിത്രത്തിന്റെ പുറമ്പോക്കുകളിൽ അനാഥരായിപ്പോയ അധഃകൃതദൈവങ്ങൾ അടിമയുടെ ബലിനിലങ്ങളിൽക്കിടക്കുന്ന കണ്ണീർത്തോറ്റങ്ങളിലെ വീരൻ തെയ്യങ്ങളാണ്. ആ തെയ്യങ്ങൾ ഇന്നും ഉയിർത്തെഴുന്നേറ്റ് ഉറഞ്ഞുതുള്ളുന്ന കുറെ കറുത്ത സ്വപ്നങ്ങളുടെ പാതാളപ്പടനിലങ്ങളുണ്ട്. ചരിത്രത്തിന്റെ നിലവറകളിൽക്കിടക്കുന്ന ആ കറുത്ത കിനാക്കാഴ്ചകൾ തേടിയാണ് ഞാൻ കിഴക്കൻ മലവാരങ്ങളിലെ പ്രാക്തന വിശ്വാസഭൂമികളിലേക്ക് തീർത്ഥയാത്ര പോയത്.

എനിക്ക് എന്റെ കറുത്ത പിതാവിനെയും മാതാവിനെയും സഹോദരരെയും കാണണമായിരുന്നു.

കരിമല വാഴുന്ന കറുത്ത ദൈവത്താർക്കു പിറന്ന എന്റെ കരിയാത്തൻ മുത്തച്ഛൻ. അവന്റെ കരിങ്കുട്ടികളായ വംശപരമ്പരകൾ.

കിഴക്കൻ കാടിന്റെ മടിത്തടങ്ങളിൽ ഇപ്പോഴും അവരുടെ പിൻമുറക്കാർ ബാക്കിയുണ്ട്. 'കാടുവെട്ടി'കളുടെ കുടിയേറ്റ സംസ്കാരം (കിഴക്കൻ മലവാരങ്ങളിലേക്ക് അധിനിവേശം ചെയ്ത പല്ലവസാമ്രാജ്യത്തെ 'കാടുവെട്ടികൾ' എന്ന അപരനാമത്തിൽ ചരിത്രം സ്വീകരിച്ച തോർക്കുക) അവരെ വെളിച്ചത്തിന്റെ പൊള്ളുന്ന മരുഭൂമികളിൽ വറുത്തുകൊല്ലുംമുമ്പ് എനിക്ക് ആ കറുത്ത സ്വപ്നങ്ങൾ തൊട്ടറിയണമായിരുന്നു.

അട്ടപ്പാടിയിലേക്കു പോവുമ്പോൾ എന്റെ കിനാക്കളിലുണ്ടായിരുന്നത് സ്വത്വബലത്തിന്റെ കറുപ്പ് മഹാസൗന്ദര്യമാണെന്നറിയുന്ന ഒരു കാലദർശനമാണ്.

ചുരം കയറുമ്പോൾ മഴ തിമിർത്തുപെയ്യുന്നുണ്ടായിരുന്നു. പെരുമ്പാമ്പിഴയുന്നതുപോലെ പുളഞ്ഞു പുളഞ്ഞു കയറിപ്പോവുന്ന മലമ്പാത. അപ്പോൾ പേടിപ്പെടുത്തുന്നൊരു നിഗൂഢ രഹസ്യമായി നാഗരികതയുടെ നിയോൺ പ്രകാശ മിഥ്യകളിൽനിന്ന് അതീതകാല സത്യങ്ങളിലേക്ക് സഞ്ചരിച്ചെത്തുവാനുള്ള ഗൂഢമാർഗത്തിന്റെ ഇടനാഴികയിലൂടെയെന്നപോലെ, ത്രികാലങ്ങളുമിരമ്പിപ്പെയ്യുന്ന പെരുമഴയിൽ ഇരുളിന്റെ വക്രഗുഹകളിലൂടെ ഞങ്ങളുടെ വാഹനം ചുറ്റിപ്പുളഞ്ഞു കയറിക്കൊണ്ടിരുന്നു.

സ്ഥലകാലങ്ങളറിയാത്ത സത്യത്തിന്റെ നൂൽപ്പാലത്തിലൂടെ എത്ര നേരം സഞ്ചരിച്ചു എന്നറിയില്ല.

മുക്കാലിയിലെ ഇടത്താവളത്തിൽ ബസ് നിൽക്കുമ്പോൾ മഴ തോർന്നിരുന്നു. നനഞ്ഞ പുലർകാല വെളിച്ചത്തിൽ പൊന്നണിഞ്ഞുകിടന്ന താഴ്‌വരകളിൽ നിബിഡമായ കോടമഞ്ഞും കുളിരും നിറഞ്ഞിരുന്നു.

'സൈലന്റ് വാലി'യിലേക്കുള്ള വഴി മുക്കാലിയിൽനിന്ന് ഇടത്തോട്ടു തിരിഞ്ഞുപോവുന്നു. ഞങ്ങൾക്കു പോവേണ്ടത് കേരളാതിർത്തിയായ 'ആനക്കട്ടി'യിലേക്കു നീളുന്ന 'തടാകം റോഡി'ലൂടെയാണ്.

ഇവിടെനിന്ന് നാം അട്ടപ്പാടിത്താഴ്‌വരയിലെ അധിനിവേശങ്ങളുടെ ദുരന്തകാലങ്ങൾ കാണാൻ തുടങ്ങുന്നു. ഇടതുവശത്ത് മനുഷ്യസ്പർശ മേൽക്കാത്ത അന്തഃസ്ഥലികളുമായി സൈലന്റ് വാലി വനത്തിന്റെ നിബിഡ നീലിമ മോഹിപ്പിക്കുന്നൊരു ശ്യാമലാവണ്യമായിക്കിടക്കുമ്പോൾ വലതുവശം മുഴുവൻ മൊട്ടയടിക്കപ്പെട്ട മലനിരകളാണ്. ത്രിത്വ

മലയുടെ താഴ്‌വരയാകെ കുടിയേറ്റക്കാർ വെട്ടി വെളുപ്പിച്ചിരിക്കുന്നു. കൽക്കണ്ടിയും താവളവും അഗളിയുമെല്ലാം കുടിയേറ്റക്കാരുടെ പറുദീസകളാണ്.

സമൃദ്ധമായി മഴ ലഭിച്ചിരുന്ന പഴയ അട്ടപ്പാടിത്താഴ്‌വരയിലെ ഫലപുഷ്ടിയുള്ള കരിമണ്ണിൽ സ്വപ്നം വിതയ്ക്കുവാൻ കാടും മലയും കയറിവന്ന സാഹസികന്മാരാണ് ഈ പ്രദേശത്ത് വാണിജ്യാടിസ്ഥാനത്തിൽ കൃഷി തുടങ്ങിയത്. കൃഷി കൊഴുത്തപ്പോൾ കുടിയേറ്റക്കാരുടെ എണ്ണം പെരുകി. ആദിവാസികളുടെ സ്വപ്നത്തിന്റെ താഴ്‌വരകൾ കുടിയേറിവന്നവർ പങ്കുവച്ചു. മലമുകളിൽ നഗരങ്ങളുണ്ടായി. നഗരങ്ങൾ കാർഷിക വാണിജ്യകേന്ദ്രങ്ങളായി.

സംഘടിതമായ ഇത്തരം അധിനിവേശങ്ങളുടെ ഫലമായി ഈ മണ്ണിൽനിന്ന് അന്യരാക്കപ്പെട്ടത് ഇവിടുത്തെ ആദിവാസികളായ ഗിരിവർഗ്ഗക്കാരാണ്.

ഇരുളർ, മുഡുകർ, കുറുമ്പർ എന്നീ വിഭാഗങ്ങളിൽപ്പെടുന്ന ഗിരിവർഗക്കാരാണ് അട്ടപ്പാടിയിലെ ആദിവാസികൾ. കേരളത്തിലെ വളരെ പ്രാചീനമായ ആദിവാസി ഗോത്രങ്ങളിൽപ്പെടുന്നവരാണ് ഇക്കൂട്ടർ എന്ന് കരുതപ്പെടുന്നു. വട്ടമുഖം, അല്പം തടിച്ച പരന്ന മൂക്ക്, കറുത്തനിറം, പതിഞ്ഞ താടി, ഉയരംകുറഞ്ഞ ശരീരം എന്നീ പൊതു പ്രകൃത ലക്ഷണങ്ങൾ വച്ച് പ്രോട്ടോ-ആസ്ട്രലോയ്ഡ് വംശത്തിൽപ്പെടുന്ന, ലോകത്തിലെ ആദിമനരവംശ വിഭാഗത്തിൽ ഈ ഗിരിവാസികളെയും ഉൾപ്പെടുത്താവുന്നതാണെന്നു തോന്നുന്നു. ഓരോ ഗോത്രത്തിനും ചെറിയ പ്രകൃത വ്യത്യാസങ്ങളുണ്ടെങ്കിലും ഇവർ പൊതുവിൽ ഒരേ വംശഗണത്തിൽപ്പെടുത്താവുന്നവരാണ്.

മദ്ധ്യശിലായുഗത്തിലെ മനുഷ്യരെപ്പോലെ പഴങ്ങളും കാട്ടുകിഴങ്ങുകളും ശേഖരിച്ചും മൃഗങ്ങളെ വേട്ടയാടിയും കഴിഞ്ഞുപോന്നിരുന്ന അട്ടപ്പാടിയിലെ ഗിരിവർഗക്കാർ കാട്ടിൽ പുരാതനകാലം മുതലേ കൃഷിയും നടത്തിയിരുന്നു. അക്കാലങ്ങളിൽ നീലഗിരി-അട്ടപ്പാടി വനമേഖലകൾ മുഴുവൻ ഇവരുടേതു മാത്രമായിരുന്നു.

ഇവരിൽ കുറുമ്പർ. പക്ഷേ പിൽക്കാലത്ത് അട്ടപ്പാടിയിലേക്കു കുടിയേറിവന്നവരാണെന്നും പക്ഷാന്തരമുണ്ട്. കുറുമ്പ്രനാട് എന്ന നാട്ടുരാജ്യം ഭരിച്ചിരുന്ന പല്ലവരുടെ വകഭേദമായ ഒരു ജനവിഭാഗം പിൽക്കാലത്ത് കെട്ടുതോറ്റു കാടുകേറി വനവാസികളായിത്തീർന്നതാണ് എന്നാണ് ചില ചരിത്രകാരന്മാർ കുറുമ്പരെപ്പറ്റി പറഞ്ഞുകാണുന്നത്. ഇതിനുപക്ഷേ ചരിത്രപരമായി തെളിവുകളൊന്നുമില്ല. സംഘകാലത്ത് തമിഴ്നാട്ടിൽ സാംസ്കാരികമായി ഉയർന്ന നിലവാരം പുലർത്തിയിരുന്ന 'കുറുമ്പർ' എന്ന ഒരു ജനവിഭാഗമുണ്ടായിരുന്നതായി സൂചനകളുണ്ടെങ്കിലും അവരെ

അട്ടപ്പാടി നീലഗിരി വനമേഖലകളിൽ കാണപ്പെടുന്ന 'കുറുമ്പർ' എന്ന ഗിരിവാസികളുമായി ബന്ധപ്പെടുത്തുന്ന സാംസ്കാരികശേഷിപ്പുകൾ ഒന്നുംതന്നെ കാണുന്നില്ല. മാത്രവുമല്ല, നാട്ടുവാസികളായിരുന്ന ഒരു ജനത വനവാസികളായി പരിണമിച്ച്, പരിതഃസ്ഥിതികളെ അതിജീവിച്ച്, ഗിരിവർഗജനവിഭാഗമായിത്തീർന്നു എന്നു ചിന്തിക്കുന്നതിൽ ജീവശാസ്ത്ര പരമായ യുക്തിയും ഇല്ല.

ഇരുളർ പൊതുവേ പാലക്കാടിന്റെ കിഴക്കൻ വനമേഖലകളിൽ മുഴുവനായും കാണപ്പെടുന്ന ആദിവാസി സമൂഹമാണ്. അട്ടപ്പാടി ത്താഴ്വരകളും നെല്ലിയാമ്പതി വനമേഖലകളുമാണ് ഇവരുടെ പ്രധാന കേന്ദ്രങ്ങൾ. മൈസൂർ വനങ്ങളിൽ കാണപ്പെടുന്ന 'ഇരുളിഗർ' എന്ന ഗിരി വർഗക്കാർ ഇവരുമായി ബന്ധപ്പെട്ടവരാണെന്നും കരുതപ്പെടുന്നു. ഇരുളിന്റെ നിറമുള്ള ഇവരെ 'ഇരുളർ' എന്നു വിശേഷിപ്പിച്ച വർണ വിവേചനത്തിന്റെ കവികൾ പക്ഷേ ഇവരായിരിക്കയില്ല. പിൽക്കാലത്ത് അട്ടപ്പാടി വനമേഖലയിൽ ആധിപത്യം സ്ഥാപിച്ച സവർണ ജന്മിമാ രാവണം ഇവരെ ഇരുട്ടിന്റെ കിടാത്തന്മാരും കിടാത്തികളുമാക്കിയത്.

അട്ടപ്പാടി-അഗളി വനമേഖലകളിൽ മാത്രം കാണപ്പെടുന്ന ഗിരിവർഗ വിഭാഗമാണ് മുഡുകർ. ഈ ഒരൊറ്റക്കാരണംകൊണ്ടുമാത്രം ഇവരാണ് ഈ പ്രദേശത്തെ യഥാർത്ഥ ആദിവാസികൾ എന്നു കരുതാനും വയ്യ. പക്ഷേ മൂഡുകർ അവകാശപ്പെടുന്നത് അങ്ങനെയാണ്. മറ്റെല്ലാ ആദി വാസി വിഭാഗങ്ങളേക്കാൾ - വിശേഷിച്ച് ഇരുളരേക്കാൾ - പഴയവരും ശ്രേഷ്ഠന്മാരും തങ്ങളാണെന്ന് മുഡുകർ വിശ്വസിക്കുന്നു.

അട്ടപ്പാടിത്താഴ്വരയുടെ മുഴുവൻ ദൈവമായ 'മല്ലീശ്വരൻ' തങ്ങളുടെ സ്വന്തം ദൈവമാണെന്നും മുഡുകർ അവകാശപ്പെടുന്നുണ്ട്. 'മല്ലീശ്വരൻ' കുടിയിരുന്നിടമെന്നു വിശ്വസിക്കപ്പെടുന്ന 'മല്ലീശ്വരൻ മുടി' എന്ന ഉന്നത പർവ്വതശൃംഗത്തിന്മേൽ കയറി വർഷത്തിലൊരിക്കൽ പൂജ നടത്താനുള്ള അവകാശം തങ്ങൾക്കാണെന്നാണ് ഇതിനു തെളിവായി മുഡുകർ ഉന്ന യിക്കുന്ന സാക്ഷ്യം.

പക്ഷേ, ഇരുളർ അതു സമ്മതിച്ചുതരില്ല. തങ്ങളുടെ പൂർവ്വപിതാമഹർ അട്ടപ്പാടിയിൽ കൊണ്ടുവന്നു പ്രതിഷ്ഠിച്ച ശിവനാണ് മല്ലീശ്വരൻ എന്നാ ണവരുടെ വിശ്വാസം, ശിവൻ പിന്നീട് സൃഷ്ടിച്ച ഒരധഃകൃത വിഭാഗമാണ് 'മുഡുകർ' എന്ന് ഇരുളർ വാദിക്കുന്നു.

ഇരുളരും മുഡുകരും തമ്മിലുള്ള ഈ ഗോത്രവഴക്കിന് നിരവധി നൂറ്റാണ്ടുകൾ പഴക്കമുണ്ട്. മലയാറ്റൂർ രാമകൃഷ്ണന്റെ 'പൊന്നി'യുടെ പ്രണയകഥയിൽ ഈ ഗോത്രവൈരത്തിന്റെ സർഗ്ഗാത്മക സൗന്ദര്യം നാം അനുഭവിച്ചിട്ടുണ്ടല്ലോ. ഈ വൈരംതന്നെയാണ് പലപ്പോഴും കുടിയേറ്റ ക്കാർക്ക് അട്ടപ്പാടി വനമേഖലകളിൽ ആധിപത്യം സ്ഥാപിക്കാൻ

വഴിയൊരുക്കിയത്. പരസ്പരം പകതീർക്കുവാനായി ഈ രണ്ട് ഗിരിവർഗ ഗോത്രങ്ങൾ കുടിയേറ്റ സംഘങ്ങളെ മാറിമാറി കൂട്ടുപിടിച്ചു. കുടിയേറ്റ ക്കാരാവട്ടെ ഈ ഗോത്രദൗർബല്യം ചൂഷണം ചെയ്ത്, രണ്ടുകൂട്ടരേയും ഉപയോഗപ്പെടുത്തി, അവർക്കുമേൽ ആധിപത്യമുറപ്പിച്ചു.

അഗളിയിൽനിന്ന് മല്ലീശ്വരൻ മുടിയിലേക്കു പോവുമ്പോൾ ബസ്സിൽ വച്ച് ഒരു മുഡുക യുവാവിനെ പരിചയപ്പെട്ടു. കുടിയേറ്റക്കാരനായ ദേവസ്സി യുടെ കാര്യസ്ഥനാണ് അയാൾ (അട്ടപ്പാടിയിലെ ആദിവാസികൾ മിക്ക വരും ഇപ്പോൾ കുടിയേറ്റക്കാരുടെ കൂലിവേലക്കാരോ ദാസന്മാരോ ആണ്). ദേവസ്സിയും അയാളും ചേർന്നാണ് മല്ലീശ്വരൻ മുടിയിലേക്കു വഴി കാണിച്ചുതന്നത്. അഗളിയിലേക്കു പോയ വഴിയേതന്നെ വളരെ ദൂരം തിരിച്ചുപോരണമായിരുന്നു ഞങ്ങൾക്ക്. അത്യാവശ്യം വിദ്യാഭ്യാസവും ലോകപരിചയവുമുള്ള ആ മുഡുകസുഹൃത്ത് തന്റെ സ്വന്തം ദൈവമായ മല്ലീശ്വരന്റെ കഥ ഞങ്ങൾക്ക് പറഞ്ഞുതന്നു.

ആ കഥയുടെ ആദ്യഭാഗം 'കുമാരസംഭവ'കഥയുടെ ആദിവാസി ഭാഷ്യമാണ്.

ഒരിക്കൽ പരമശിവൻ അട്ടപ്പാടി വനാന്തർഭാഗത്ത് തപസ്സു ചെയ്യു മ്പോൾ അതിസുന്ദരിയായ ഒരു വനകന്യക അദ്ദേഹത്തെ ശുശ്രൂഷ ചെയ്യാൻ ദിവസവും വന്നുചേർന്നിരുന്നു. അവൾ കിഴക്കൻ മലകളുടെ മകളായിരുന്നു. അവളിൽ അനുരാഗബദ്ധനായിത്തീർന്ന ശിവൻ അവളെ വിവാഹം ചെയ്യുകയും വളരെക്കാലം അവർ വനാന്തരങ്ങളിൽ ക്രീഡാ ലോലുപരായി കഴിയുകയും ചെയ്തു. പിന്നീട് ശിവൻ വനപാർവ്വതിയെ വെടിഞ്ഞ് ദേശാടനത്തിനു പോയി.

വളരെക്കാലത്തിനുശേഷം ശിവൻ വീണ്ടും ഈ വനമേഖലയിലെ ത്തിയപ്പോൾ ഭവാനിയുടെ തീരത്ത് അതിസുന്ദരിയായ മറ്റൊരു വന കന്യകയെക്കണ്ട് മോഹിതനായി. അവളെ വിവാഹം ചെയ്യാൻ തീരുമാനി ച്ചുറച്ചപ്പോഴാണ് അവൾ പഴയ വനപാർവ്വതിയിൽ തനിക്കുണ്ടായ മകളാണ് എന്നറിയുന്നത്. മകളെ വിവാഹം ചെയ്യുവാൻ പ്രേരിപ്പിച്ച പരമ ശിവന്റെ ഈ കൊടുംകാമാർത്തിയറിഞ്ഞ് മനംകലങ്ങിയ പാർവ്വതി, തന്റെ മെയ്യാഭരണപ്പെട്ടി വലിച്ചെറിഞ്ഞ്, ഭവാനി നദിയിൽച്ചാടി അന്തർദ്ധാനം ചെയ്തു. അതോടെ കാമമടങ്ങി പശ്ചാത്താപവിവശനായിത്തീർന്ന ശിവൻ പാർവ്വതി അന്തർദ്ധാനം ചെയ്ത ഭവാനീതീരത്ത് നിത്യസമാധിസ്ഥനായി നിലകൊണ്ടു എന്നാണ് കഥ. പാർവ്വതിയുടെ മെയ്യാഭരണപ്പെട്ടി ചെന്നു വീണ സ്ഥലമാണ് 'പെട്ടിക്കല്ല്' എന്ന പേരിലറിയപ്പെടുന്ന ആദിവാസി ഊര് എന്നും വിശ്വസിക്കപ്പെടുന്നു.

ഈ കഥയെ സംബന്ധിച്ച് മുഡുകർക്കും ഇരുളർക്കും ഏതാണ്ട് ഒരേ

വിശ്വാസംതന്നെയാണെങ്കിലും ശിവൻ നിലകൊള്ളുന്ന സ്ഥലത്തെ സംബന്ധിച്ച് രണ്ടുകൂട്ടർക്കും വ്യത്യസ്ത വിശ്വാസങ്ങളാണുള്ളത്.

മുഡുകരുടെ വിശ്വാസത്തിൽ ശിവൻ ഭവാനീനദിയുടെ ഇടത്തേക്കര യിൽ 'മല്ലീശ്വരൻ മുടി' എന്നറിയപ്പെടുന്ന പർവ്വതശൃംഗത്തിന്റെ ഉച്ചി യിലാണ് നിലകൊള്ളുന്നത്. എല്ലാവർഷവും ശിവരാത്രിനാളിൽ ഇരുളർ മല്ലീശ്വരൻ മുടികയറി അവിടെ പൂജ നടത്തുകയും പന്തം ജ്വലിപ്പി ക്കുകയും ചെയ്യുന്നു.

മല്ലീശ്വരൻ മുടി കാണിക്കാൻ ഞങ്ങളോടൊപ്പംവന്ന മുഡുകയുവാവ് ഉറച്ച വിശ്വാസത്തിന്റെ ഊറ്റത്തോടെ പറഞ്ഞു:

"മല്ലീശ്വരൻ ഞങ്ങളുടെ ദൈവമാണ്. എല്ലാ വർഷവും മല്ലീശ്വരന്റെ തോറ്റം പാടി ഞങ്ങളാണ് മല കയറുന്നത്."

പിന്നെ അയാൾ മല്ലീശ്വരൻമുടി കയറുമ്പോൾ ചൊല്ലുന്ന "നട ത്തോറ്റം" ഉറക്കെ ചൊല്ലി.

"നേതൃഗിരി
നീലഗിരി
നിത്യമലൈ
നീലമലൈ
പച്ചമലൈ
പവിഴമലൈ
അമ്മദേവിക്ക്
ഭൂമിദേവിക്ക്
വരണദേവിക്ക്
വാനദേവിക്ക്."

ഭവാനിയുടെ കരയിൽനിന്നാൽ ഇടത്തേക്കരയിൽ മാനത്തോളം വളർന്നുമുട്ടിനിൽക്കുന്ന മലനിരകൾക്കിടയിൽ സൂചിമുഖംപോലെ ശിഖരം കൂർത്ത മല്ലീശ്വരൻമുടി കാണാം.

താഴ്‌വരയാകെ കോടമഞ്ഞിറങ്ങിയിരിക്കുന്നതു കാരണം മല്ലീശ്വരൻ മുടിയുടെ പടമെടുക്കാൻ പറ്റുന്നില്ല. വനയാത്രകളിൽ സാഹസികനാ വാറുള്ള ഫോട്ടോഗ്രാഫർ കണ്ണൻ പറഞ്ഞു:

"നമുക്ക് പുഴ കടന്ന് മല്ലീശ്വരൻ മുടിയുടെ മേലെ കയറിനോക്കി യാലോ?"

കൂടെയുണ്ടായിരുന്ന ദേവസ്സി ചിരിച്ചു.

"നല്ല പരിശീലനമുള്ള മുഡുകന്മാരിൽത്തന്നെ ചിലർക്കേ മല്ലീ ശ്വരൻമുടി കയറാൻ പറ്റൂ. ചെങ്കുത്തായ കയറ്റമാണ്. വടംകെട്ടി വേണം

കേറാൻ. മുകളിൽച്ചെന്നാൽ രണ്ടുപേർക്കു നിൽക്കാനുള്ള സ്ഥലം കഷ്ടിയാണ്. കാറ്റൊന്നു നന്നായി വീശിയാൽ പൊടിപൊടിയായി താഴെ കിടക്കും."

ഇവിടെ ഭവാനിദർശനംതന്നെ മനസ്സുനിറയുന്നൊരു കാഴ്ചയാണ്.

നിശ്ശബ്ദ താഴ്വരയിലെ കന്യാവനങ്ങളുടെ ഹൃദയത്തിൽ നിന്നുറന്നൊഴുകിവരുന്ന ഭവാനിയുടെ ഇടത്തേ തീരത്ത് മുറ്റിത്തഴച്ച ഹരിതവനങ്ങളാണ്. കണ്ണെത്താദൂരത്തോളം, നിബിഡവനങ്ങളുടെ നീലിമ ആകാശത്തിന്റെ ശ്യാമരാശിയിലേക്ക് പടർന്നുകിടക്കുന്നു. കന്മദം വിളയുന്ന കരിമ്പാറകളുടെ ഹൃദയത്തിൽ ചിലമ്പിട്ടുതുള്ളി ജലരൂപമാർന്ന സംഗീതം മലയിറങ്ങിവരുന്നു. ഞരമ്പുകളെ ത്രസിപ്പിക്കുന്ന വനശീതവും കൊണ്ടെത്തുന്ന നദീജലത്തിന് ഘനശ്യാമവർണം.

പുഴയിൽ മുള കൂട്ടിക്കെട്ടിയുണ്ടാക്കിയ രണ്ടു ചങ്ങാടങ്ങൾ കിടപ്പുണ്ട്. കുടിയേറ്റകർഷകർക്കും ആദിവാസികൾക്കും പുഴയ്ക്കക്കരെ കൃഷിനിലങ്ങളിലേക്കു പോവാനുള്ള വാഹനമാണത്. "ചങ്ങാടത്തിൽ പുഴ കടക്കണോ" എന്ന് ദേവസ്സി ചോദിച്ചു.

ഇവിടെ പുഴയ്ക്ക് വീതി തീരെ കുറവാണ്. മോഹത്തിനു പുഴ കടക്കുവാൻ സുരക്ഷിതമായ സ്ഥലം.

"താഴേക്കു തുഴഞ്ഞാൽ..."

ദേവസ്സി പറഞ്ഞു:

"നമ്മള് നേരെയങ്ങ് 'മുത്തിക്കുള'ത്തോട്ടുപോവും. കാണുന്നതുപോലെയല്ല. നല്ല കുത്തൊഴുക്കുണ്ട്."

വളരെ താഴെ പോയാൽ ഭവാനിയിൽ വലിയൊരു വെള്ളച്ചാട്ടമുണ്ടെന്നും ദേവസ്സി പറഞ്ഞു.

രണ്ടായിരമടിയോളം താഴെ വനനിരകൾക്കു നടുവിൽക്കിടക്കുന്ന 'മുത്തിക്കുളം' തടാകത്തിലേക്ക് പുഴ കുത്തനെ ചാടുന്നത് ചേതോഹരമായ ഒരു കാഴ്ചയാണ്. മുത്തിക്കുളം മലനിര കടന്നാൽ അട്ടപ്പാടിയുടെ മറ്റൊരു പ്രിയ നദിയായ 'ശിറുവാണി' ഭവാനിയുമായിച്ചേരുന്നു.

പിന്നെ ഞങ്ങൾ 'മുളകളുടെ പഴയ സംസ്കാര' കാലത്തിലൂടെ (Bamboo Civilization) ഭവാനി നദിയുടെ കുളിരൊഴുക്ക് മുറിച്ചുകടന്നു.

ഭവാനിയുടെ മറുകരയിലെ വനമേഖലകളിലും കുടിയേറ്റക്കാർക്ക് കൃഷിനിലങ്ങളുണ്ട്. ഇരുപത്തി അയ്യായിരത്തോളം ഏക്കർ വനഭൂമിയിലാണ് താഴ്വരയിലുടനീളം കാടുവെട്ടി കൃഷിയിറക്കിയിരിക്കുന്നത്. തെന, കമ്പം, ചാമ, നിലക്കടല, പയറ്, രായി (റാഗി), ഏലം, കാപ്പി, തേയില തുടങ്ങി ഈ കറുത്ത മണ്ണിന്റെ പശിമരാശി മുഴുവൻ ഊറ്റിയെടുത്ത് കർഷക നിലങ്ങൾ മദിച്ചുകിടക്കുന്നു.

എന്നിട്ടും കുടിയേറ്റക്കാർക്ക് അട്ടപ്പാടിയിൽ പഴയതുപോലുള്ള മെച്ച മൊന്നുമില്ലെന്നാണ് ദേവസ്സി പറയുന്നത്.

"മണ്ണിന്റെ ഫലപുഷ്ടി കുറഞ്ഞു, വിളവും മോശമായി. പഴയതു പോലെ ഭൂമി വളച്ചുകെട്ടിയെടുക്കാനൊന്നും ഇപ്പോൾ പറ്റില്ല. ആദിവാസി കൾക്കും വിദ്യാഭ്യാസവും വിവരവുമൊക്കെയായി. കുറഞ്ഞ കൂലിക്ക് ജോലി ചെയ്യാൻ അവരേയും കിട്ടില്ല."

കുടിയേറ്റ കർഷകന്റെ പരിദേവനങ്ങൾ കേട്ട് ഞങ്ങൾ ഭവാനീ തീരത്തെ നിലക്കടല നിലങ്ങളിലൂടെ നടന്നു.

അപ്പോൾ ഞാനോർത്തത് ആദിവാസികളുടെ പഴയൊരു നാടോടി പ്പാട്ടാണ്.

"കൊളവാണ്ടീ... കൊളവാണ്ടീ...
ചാമയ്ക്കളയ്ക്കെ വന്ത തുമ്പീ..."

വനവധുവിനെ വരന്റെ ഊരിലേക്കു കൂട്ടിക്കൊണ്ടുവരുമ്പോൾ ഊരിലെ പെണ്ണുങ്ങൾ പാടുന്ന പാട്ടാണത്.

"ചാമവയലിലേക്കു വന്നതുമ്പി
നിനക്ക് സ്വാഗതം, സ്വാഗതം."

ചാമവയലിൽ തുമ്പി വരുന്നത് സൗഭാഗ്യത്തിന്റെ അടയാളമാണെന്ന് ആദിവാസികൾ വിശ്വസിക്കുന്നു.

ഇന്ന് അവരുടെ ചാമനിലങ്ങൾ കൈയേറി പടർന്നുകയറിയ വാണിജ്യ നിലങ്ങളിൽ വട്ടമിട്ടു പറക്കുന്നത് കച്ചവടക്കണ്ണുള്ള കഴുകന്മാരാണ്.

ഭവാനിയുടെ വലത്തേക്കരയിൽ റോഡരികിലുള്ള ഇരുളരുടെ മല്ലീ ശ്വരൻകാവിലേക്ക് ദേവസ്സിയും മൂഡുകയുവാവും ഞങ്ങളോടൊപ്പം വന്നില്ല. വഴികാണിച്ചുതന്ന അവർ യാത്രപറഞ്ഞു പിരിഞ്ഞു.

മല്ലീശ്വരനായ ശിവൻ ഈ കാവിലാണ് കുടിയിരിക്കുന്നതെന്നാണ് ഇരുളരുടെ വിശ്വാസം.

ശിവരാത്രിനാളിൽ മുഡുകർ മല്ലീശ്വരൻമുടി കയറുമ്പോൾ ഇരുളർ താഴത്ത്, ഭവാനിയുടെ കരയിൽ, മല്ലീശ്വരൻ ക്ഷേത്രപരിസരത്ത് ശിവ രാത്രി ആഘോഷിക്കുന്നു. ശിവപാർവ്വതിമാരുടെ വിഗ്രഹങ്ങൾ എഴുന്ന ള്ളിച്ച് അവർ തമ്മിലുള്ള വിവാഹം നടത്തുന്നതാണ് ശിവരാത്രിയുടെ പ്രധാന ആഘോഷം. ധാരാളം ചെറിയ ചെറിയ മൃഗദൈവക്കോലങ്ങളും ഈ എഴുന്നള്ളത്തിൽ പങ്കുചേരുന്നു. എല്ലാ ഊരുകളിൽനിന്നുമുള്ള ആദി വാസികൾ ഒത്തുചേരുന്ന ഗംഭീരമായ ഉത്സവമാണ് ഇരുളരുടെ മല്ലീശ്വരൻ ശിവരാത്രി.

മല്ലീശ്വരൻ കാവിലെ ഇരുളവംശജനായ പൂജാരി ഞങ്ങൾക്ക് ഇരുളരുടെ മല്ലീശ്വരനെക്കുറിച്ചുള്ള ഒരുപാടു കഥകൾ പറഞ്ഞുതന്നു. ഇടയ്ക്ക് ചില തോറ്റങ്ങളും പാടി. പക്ഷേ, ഒന്നും വ്യക്തമായി മനസ്സിലാകുന്ന ഭാഷയിലായിരുന്നില്ല. തമിഴും മലയാളവും പിന്നെ ഏതോ പ്രാകൃതവും ചേർന്ന ഒരു മിശ്രഭാഷയായിരുന്നു അദ്ദേഹത്തിന്റേത്.

പൂജാരിയുടെ കുടിലിലിരിക്കുമ്പോൾ അവിടെ വന്നുചേർന്ന ഇരുളവംശജനായ നഞ്ചനാണ് അട്ടപ്പാടിയിലെ ആദിവാസി ഊരുകളുടെ കണ്ണീരും കിനാവും ഞങ്ങൾക്കു കാണിച്ചുതന്നത്.

വിദ്യാസമ്പന്നനായ നഞ്ചൻ അട്ടപ്പാടിയിലെ ആദിവാസി ഊരുകളിൽ നിന്ന് ആദ്യമായി സർക്കാർ ജോലിക്കു പോയി റിട്ടയർ ചെയ്തുപോന്ന ഗിരിവാസികളിലൊരാളാണ്. കേരളത്തിൽ പലഭാഗത്തും ജോലി ചെയ്തിട്ടുള്ള അദ്ദേഹത്തിന്റെ ഭാഷയിൽ ഇന്ന് അട്ടപ്പാടിയിൽ ആദിവാസികളില്ല.

"തിളങ്ങുന്ന വെള്ളിക്കാശിനും നിറപ്പകിട്ടുള്ള പഴന്തുണിക്കും വേണ്ടി ആദിവാസി അവനെത്തന്നെ വിറ്റുതുലച്ചു" എന്നു പറയുമ്പോൾ നഞ്ചന് രോഷമുള്ളത് തന്റെ വർഗ്ഗക്കാരോടുതന്നെയാണ്.

"ഇവർ നന്നാവില്ല. ഇപ്പോൾ കണ്ടില്ലേ, ഊരുകളിൽ പരക്കെ കോളറയാണ്. ധാരാളം പണം പാസ്സാക്കിയിട്ടുണ്ടെന്ന് സർക്കാർ പറയുന്നു. എന്തു ചെയ്തു എന്നു ചോദിക്കാൻ ഇവിടെ ആളില്ല. ഉള്ളവർക്ക് വിവരമില്ല. പണം ഉദ്യോഗസ്ഥന്മാരും ദല്ലാളന്മാരും തിന്നും."

ആദിവാസിയെ പരിഷ്കരിക്കാൻ സർക്കാർ ചെലവഴിച്ച പണമെല്ലാം ഇടത്തട്ടുകാരുടെ കൈകളിലേക്കാണ് പോയതെന്ന് വസ്തുതകളും കണക്കും നിരത്തി നഞ്ചൻ സമർത്ഥിക്കുന്നു.

എല്ലാവരും ആദിവാസികളെ ചൂഷണം ചെയ്തു. പരിഷ്കരിച്ചു പരിഷ്കരിച്ച് കാട്ടുവാസിയും നാട്ടുവാസിയുമല്ലാത്ത നപുംസകമാക്കി.

"ഞങ്ങൾക്ക് ഞങ്ങളുടെ പഴയ ജീവിതം മതിയായിരുന്നു" എന്ന് നഞ്ചൻ പറയുമ്പോൾ അതിന്റെ അടിയൊഴുക്കുകളിൽ വിലപിക്കുന്ന ഒരു ഗോത്രമനുഷ്യനെ കാണാം.

നഞ്ചന്റെ ഓർമ്മകളിൽ ഒരു ആദിവാസി ഊരുണ്ട്. ഊരിലെ എല്ലാ കാര്യത്തിലും അവസാന വാക്കു പറയാൻ അധികാരവും അറിവുമുണ്ടായിരുന്ന ഊരുമൂപ്പൻ നയിച്ച ആദിവാസി ഊര്. പഴയകാലം മുതൽക്കേ ജന്മിയേയും അയാളുടെ ഗിരിവർഗക്കാരായ അടിയാന്മാരേയും കൂട്ടിയിണക്കിയിരുന്ന കണ്ണി ഊരുമൂപ്പനായിരുന്നു. മൂപ്പൻ ഒരിക്കലും ഏകാധിപതിയായിരുന്നില്ല. ഊരിലുള്ള എല്ലാവരുമായും കൂടിയാലോചിച്ചേ ഏതു കാര്യത്തിലും മൂപ്പൻ തീർപ്പുകല്പിച്ചിരുന്നുള്ളൂ.

പ്രാകൃതമെങ്കിലും ശുദ്ധമായ ഒരു ജനാധിപത്യക്രമമായിരുന്നു അത്.

ദൈവഹിതമായിരുന്നു ഏതു കാര്യത്തിലും ഒടുക്കത്തെ തീർച്ച. ദൈവഹിതമറിയാൻ ഒരുപാട് വിശ്വാസപ്രമാണങ്ങളും ദൈവജ്ഞരായ പൂജാരിമാരും ഉണ്ടായിരുന്നു.

ഊര് നേരാംവണ്ണം പരിപാലിച്ചുകൊണ്ടുനടക്കാൻ പൂജാരിമാരെക്കൂടാതെ കുറുതലൈ, വണ്ടാരി, മണ്ണുക്കാരൻ എന്നീ സ്ഥാനപ്പേരുകളുള്ള മൂന്നു സഹായികളുണ്ടായിരുന്നു മൂപ്പന്.

ഊരിന്റെ ആവശ്യങ്ങൾക്കുള്ള പണം പിരിച്ചെടുത്തു സൂക്ഷിക്കുന്നതും ചെലവു ചെയ്യുന്നതും വണ്ടാരിയാണ്. ('ഭണ്ഡാരി'യാവണം 'വണ്ടാരി') മറ്റ് ഊരുകളും ഗോത്രങ്ങളും തമ്മിലുള്ള വഴക്കുകളിലിടപെടുകയും ഊരിന് സംരക്ഷണം നൽകുകയുമാണ് 'കറുതലൈ' എന്ന സ്ഥാനക്കാരന്റെ ചുമതല. കൃഷിക്കു പറ്റിയ സ്ഥലം കണ്ടുപിടിക്കുന്നതും ആദ്യത്തെ വിത്തിടുന്നതും 'മണ്ണുക്കാര'നാണ്. (ആദിവാസി ഊരിലെ സ്ഥാനക്കാരനായ 'മണ്ണുക്കാര'നെക്കൊണ്ടുതന്നെ ആദ്യത്തെ വിത്തിടുവിച്ച് കൃഷി തുടങ്ങിയിരുന്ന കുടിയേറ്റ കർഷകരും ഇവിടെ ഉണ്ടായിരുന്നു)

ഊരുവാസികൾക്കെല്ലാം പങ്കാളിത്തമുണ്ടായിരുന്ന ഈയൊരു സ്ഥിര ഭരണസംവിധാനത്തിൻ കീഴിൽ ശാന്തിയും സമാധാനവും ആഹ്ലാദവും നിറഞ്ഞ ഗോത്രജീവിതം ഓരോ ഊരിലും പുലർന്നിരുന്നു. പ്രാകൃത ജനതയുടെ പരസ്പരവിശ്വാസത്തിന്റെയും സഹവർത്തിത്വത്തിന്റെയും കൂട്ടായ്മയായിരുന്നു അത്.

അവിടെയാണ് മലയാറ്റൂരിന്റെ 'പൊന്നി'യിൽ പറയുംപോലെ 'പടവാളുകളേന്തി പുതിയ യജമാനന്മാർ' വന്നത്.

"പുതിയ യജമാനന്മാർ താഴ്വര മുഴുവൻ പങ്കിട്ടെടുത്തു. അന്നോളം തല നിവർത്തിപ്പിടിച്ചിരുന്ന ഊരുമൂപ്പന്മാർ പുതിയ 'യജമാനന്മാരു'ടെ മുന്നിൽ തലകുനിച്ചു. കുനിയാത്ത തലകൾ കാടുകൾക്ക് വളം ചേർത്തു."

(പൊന്നി)

രണ്ട്

തൊണ്ണൂറ്റിയൊമ്പതു ശതമാനം ജനങ്ങളേയും ആജന്മാടിമത്തത്തിന്റെ തടവറകളിൽ തള്ളിയിട്ട ഈ സമഗ്രാധിപത്യത്തിനെതിരെയാണ് അവർണ ഗോത്രവിഭാഗങ്ങൾ അവരുടെ കലകളിലൂടെയും തോറ്റങ്ങളിലൂടെയും അനുഷ്ഠാനങ്ങളിലൂടെയും കലാപം കൂട്ടിയത്. അടിയാള ജനതയുടെ ആത്മനിന്ദാപരമായ അന്തഃക്ഷോഭങ്ങളുടെ 'സുരക്ഷാ

വാതിലുകളാ(safety valves)യിരുന്നു അവ. ജീവിതത്തിന്റെ സമസ്ത മേഖലകളിലും ആധിപത്യം പുലർത്തിനിന്ന വെളുത്ത സംസ്കാരത്തെ ആഭിചാരത്തിന്റെയും ദുർമന്ത്രവാദത്തിന്റെയും കറുത്ത പ്രതിസംസ്കാരം കൊണ്ട് പ്രതിരോധിക്കുകയായിരുന്നു കീഴാളജനത.

പാലക്കാട്-വള്ളുവനാടൻ പ്രദേശങ്ങളിലെ പാണസമുദായക്കാർക്കിടയിൽ, പാണർക്ക് മന്ത്രവാദത്തിനുള്ള അവകാശം കൈവന്നതിനെപ്പറ്റി സൂചിപ്പിക്കുന്ന ഒരു കഥയുണ്ട്. മലബാറിലെ പാണപ്പാട്ടുകളെക്കുറിച്ച് ആധികാരിക ഗവേഷണം നടത്തിയിട്ടുള്ള ജി. ഭാർഗവൻപിള്ള ആ കഥ ഇങ്ങനെ പറയുന്നു.

“പരമശിവന് പിണിപ്പാടുപറ്റിയ അവസരത്തിൽ പരമശിവൻ ഗണകനായവതരിച്ച് പ്രശ്നം വച്ചുനോക്കി. അപ്പോൾ പിണിപ്പാടു സംഭവിച്ചത് കണ്ണേറുകൊണ്ടാണെന്നു തെളിഞ്ഞു. അതിനൊരു വഴിയും സുബ്രഹ്മണ്യൻ നിർദ്ദേശിച്ചു.

“ശിവനിരിക്കുന്ന മലമേലുണ്ട്

വസുവെന്നൊരു മലയൻ.”

ആ മലയൻ വിചാരിച്ചാലേ ശിവനെ രക്ഷപ്പെടുത്താൻ പറ്റുകയുള്ളൂ. മലയനെ കാണണമെങ്കിൽ മഹാവിഷ്ണു തന്നെ പോവുകയും വേണം. ഒടുവിൽ ഗത്യന്തരമില്ലാതെ മഹാവിഷ്ണുവും പരിവാരങ്ങളും യാത്ര തിരിച്ചു. നാലുമല കയറിയിറങ്ങി. അഞ്ചാമത്തെ മലയിലെത്തിയപ്പോൾ ഒരു പുറ്റു കണ്ടു. അത് തട്ടിയുടച്ചപ്പോൾ അതിൽ രണ്ടുപേരെ കണ്ടു. മലയനും മലയത്തിയും. ശിവനുപറ്റിയ പിണിദോഷത്തെപ്പറ്റി മഹാവിഷ്ണു അവരോടു പറഞ്ഞു.

അപ്പോൾ പെരുമലയൻ (പാണൻ) എഴുത്താണിയും താളിയോലയും പിണിയൊഴിക്കാനുള്ള മന്ത്രങ്ങളും വിദ്യകളുമായി മലയിറങ്ങി. കൃഷ്ണമൃഗത്തെ വരുത്തി അതിന്റെ എല്ലുകൾകൊണ്ടും തോലുകൾ കൊണ്ടും പാട്ടിനുവേണ്ട വാദ്യങ്ങളുണ്ടാക്കി. അഞ്ചു മലകളിൽനിന്ന് പഞ്ചൗഷധങ്ങളും ശേഖരിച്ചു. ശിവസന്നിധിയിൽ വന്ന് ഔഷധങ്ങൾ ഉഴിഞ്ഞ് മന്ത്രം ചൊല്ലിയപ്പോൾ പരമശിവന്റെ പിണി ഒഴിഞ്ഞു. മന്ത്രവാദ ചികിത്സ തൊഴിലായി സ്വീകരിച്ച് ഉപജീവിച്ചുകൊള്ളാൻ ശിവൻ തിരുവരങ്കനെ (പാണനെ) ഉപദേശിക്കുകയും ചെയ്തു.

ഇവിടെ ആര്യദൈവമായ പരമശിവനുമേൽ ആഭിചാരം കൊണ്ടു വിജയം നേടുന്ന പെരുമലയൻ കറുത്ത അടിയാളന്റെ പ്രതിപുരുഷനാണ്. ആ പ്രതി സംസ്കാരമാണ് മന്ത്രവാദവും കൊതിതീർക്കലും ഭസ്മം ഉഴിയലുമൊക്കെയായി പാണന്മാർ കൊണ്ടുനടക്കുന്നത്.

"ഓം ഭസ്മം ഭസ്മധ്യാനം തോന്നിച്ചാം
ശാരീരാകൃതേ അമൃതാകൃതോം
ക്രോധംബാധാ
സത്യമിത്യാസകലമൊട്ടും
പാർവ്വതീപാർവ്വതീയാളാം

പൊക്കകക്കന്നുബാലാം" എന്നിങ്ങനെ സംസ്കൃതത്തെ കളിയാക്കും വിധമുള്ള മണിപ്രവാളമന്ത്രങ്ങൾ പാണമന്ത്രവാദികൾ തലമുറകളായി കേട്ടറിഞ്ഞ് കൊണ്ടുനടക്കുന്നുണ്ട്. പാണപ്പാട്ടുകളിലും പാണരുടെ പഴയ വീട്ടുഭാഷയിലും കാണപ്പെടുന്ന ഏതോ പ്രാകൃതഭാഷയെ പിന്നീട് സംസ്കൃതീകരിക്കാൻ നടന്ന ശ്രമങ്ങളെക്കുറിച്ചും ഈ മണിപ്രവാള മന്ത്രങ്ങൾ സൂചന തരുന്നുണ്ട്. ഇത് ഒരു പക്ഷേകീഴാള ജനതയുടെ വിധേയത്വം കലർന്ന ആഭിമുഖ്യംകൊണ്ട് സംഭവിച്ചതുമാവാം.

പാണരുടെ പഴയ തലമുറകൾക്കിടയിൽ പ്രചരിച്ചിരുന്ന പഴയ ഒരു പ്രാകൃതഭാഷയുടെ പദകോശങ്ങളെക്കുറിച്ച് ജി. ഭാർഗവൻപിള്ള സൂചന തരുന്നുണ്ട്. അതിലെ ചില പദങ്ങളും അർത്ഥങ്ങളും ചുവടെ കൊടുക്കുന്നു.

വിണ്ണിതാളൻ = മലയൻ. കൂന്ത = പുര. പിറ്റിലറ് = മറ്റുള്ളവർ. മല്യോൻ = തമ്പുരാൻ. തെടവൻ = തിയ്യൻ. കൊഞ്ഞപ്പാലൻ = മാപ്പിള. എഡിയ = കഞ്ഞി. പുഴക്കുക = കഴിക്കുക. നറുവൽ = എണ്ണ. തണിപ്പൽ= വെള്ളം. അരിമി = നെല്ല്. കെറ്റാവുക = കിട്ടുക. കുന്തിരില്ലാർ = കുട്ടികൾ. തായിക്കാരത്തി = അമ്മ. തായിക്കാരൻ = അച്ഛൻ. ഒടത്ത = ജ്യേഷ്ഠൻ. പെഞ്ചിറ്റില = സഹോദരി. അണ്ണം = പണം. നമണം = കോഴി. ആണിക്കുക = ലൈംഗികവേഴ്ച നടത്തുക. തുമ്പനം = കള്ളി.

വളരെ വ്യതിരിക്തമായ പദകോശവും വിനിമയസാധ്യതയുമുള്ള ഈ പ്രാകൃതഭാഷ പഴയ തലമുറയിലെ വൃദ്ധന്മാർക്ക് ഇപ്പോഴും ഓർമ്മിച്ചെടുക്കാൻ സാധിക്കുന്നുണ്ട്. ഇതിനു സമാനമായ പ്രാകൃത ഭാഷകൾ മറ്റ് അടിയാള ഗോത്രങ്ങൾക്കും സ്വന്തമായുണ്ടായിരുന്നു.

പൊതുഭാഷയായി മലയാളമുണ്ടായിരുന്നപ്പോഴും സ്വന്തക്കാരോടു സംസാരിക്കാൻ മാത്രം സ്വകാര്യമായൊരു തനതുഭാഷ അടിയാള ഗോത്രവിഭാഗങ്ങൾ കാത്തുസൂക്ഷിച്ചതിനു പിറകിലും മേലാള-കീഴാള, അടിമ -ഉടമ, അവർണ-സവർണ സംഘർഷങ്ങളുടെ സാമൂഹികചരിത്രം മറഞ്ഞുകിടപ്പുണ്ട്.

അന്തരിച്ച ടി.പി. സുകുമാരൻ മാഷ് വടക്കേ മലബാറിലെ മണ്ണാൻ, പുള്ളുവൻ തുടങ്ങിയ കീഴാള ജാതിക്കാർക്കിടയിൽ നടപ്പുള്ള ഒരു രഹസ്യഭാഷയെക്കുറിച്ച് ഒരിക്കൽ എഴുതിയിട്ടുണ്ട്. അതിലെ ചില പദങ്ങൾ അന്നു ഞാൻ കുറിച്ചെടുത്തിരുന്നു. കമരൻ = തമ്പുരാൻ.

കണിച്ചിൽ = കള്ള്. കുച്ചൻ = നായ. കുമ്പയാല = വീട്. കയമ്പ് = ഊണ്. ചള്ളോൻ = കോഴി. ചറു = പൊന്ന്. നീളുക = പോവുക. മട്ടുക = പറയുക. വലച്ചൻ = തിയ്യൻ. ചെട്ടിനാനി = മീൻ. തോലെടുക്കുക = ലൈംഗിക വേഴ്ച നടത്തുക. പിരിലാവാക്കുക = സ്തനം പിടിക്കുക. മട്ടുക = പറയുക. ചില്ലൻ = കുട്ടി.

പാണരുടെ പ്രാകൃതഭാഷയിൽനിന്ന് പാടേ വ്യത്യസ്തമാണ് ഈ പ്രാകൃതഭാഷയുടെ പദകോശം. മേലാളർ കേൾക്കെത്തന്നെ ഈ ഭാഷയിൽ അടിയാളർ തമ്മിൽത്തമ്മിൽ വിനിമയം നടത്തിയിരുന്നു.

"കണിച്ചില് കൊത്താൻ നീള്വാണ്." എന്നു പറഞ്ഞാൽ "കള്ളുകുടിക്കാൻ പോവ്വാണ്" എന്നും "കമരൻ കുച്ചൻ എന്താ മട്ടുന്നു?" എന്നു ചോദിച്ചാൽ "തമ്പുരാൻ നായ എന്തുപറയുന്നു?" എന്നും കീഴാളർക്കു തമ്മിൽ മനസ്സിലാവും. കേട്ടിരിക്കുന്ന തമ്പുരാന് കാര്യം തിരിയുകയുമില്ല.

അധിനിവേശഭാഷകളുടെ ആധിപത്യത്തിനെതിരേയുള്ള കീഴാളജനതയുടെ ചെറുത്തുനില്പാണ് ഇത്തരം പ്രാകൃതഭാഷകൾ തരുന്ന ചരിത്രസൂചന. കീഴാളർക്കിടയിൽ മാത്രം പ്രചരിക്കപ്പെടുന്ന ഇത്തരം രഹസ്യഭാഷകൾ കീഴാളരുടെ ഐക്യപ്പെടലിന്റെയും അധീശത്വത്തിനെതിരായ വിനിമയങ്ങളുടെയുംകൂടി സൂചിതങ്ങളാണ്. ഈ ഭാഷകൾ ആദിഗോത്രങ്ങളുടെ സംസ്കാര രൂപീകരണ കാലങ്ങളിൽ നിന്നു കൈമറിഞ്ഞുപോന്ന പ്രാകൃത പദരൂപങ്ങൾ കലർന്നുണ്ടായതാവാം. ചില സന്ദർഭങ്ങളിൽ കീഴാളജനത ബോധപൂർവ്വം ഉണ്ടാക്കിയെടുക്കുന്ന കൃത്രിമ വിനിമയോപാധിയുമാവാം. മലയാളത്തിലെ ഒരക്ഷരത്തിനുപകരം മറ്റൊരക്ഷരം വിന്യസിച്ചുരിയാടുന്ന 'മിഴികുരട', 'മൂലഭദ്രി' തുടങ്ങിയ രഹസ്യഭാഷകൾ പണ്ട് വള്ളുവനാട്ടിലെ നമ്പൂതിരി ജന്മിമാരുടെ കാര്യസ്ഥന്മാർക്കിടയിൽ പ്രചാരത്തിലുണ്ടായിരുന്നുവല്ലോ.

കൃത്രിമ വിനിമയം ജന്മി–ആധിപത്യ വ്യവസ്ഥിതിയുടെ ഒരുപഫലമാണ് എന്ന് ഡോ. എ. അയ്യപ്പനെപ്പോലുള്ള ചരിത്രകാരന്മാർ അഭിപ്രായപ്പെട്ടിട്ടുണ്ട്.

ഭൂവുടമയായ ജന്മി തന്റെ സവർണാഭിജാത്യവും അധികാരവും നിലനിർത്താൻ വ്യതിരിക്തമായ ഒരു മേലാളഭാഷ എപ്പോഴും നിലനിർത്തുന്നു. ആ ഭാഷയിൽ അയാളുടെ യാത്ര 'എഴുന്നള്ളത്തും' ഭക്ഷണം 'അമൃതേത്തും' ക്ഷൗരം 'ചന്തം ചാർത്തലു'മാണ്. അതേസമയം കീഴാളന്റെ നിത്യദാസ്യം നിലനിർത്താൻ ഒരാചാരഭാഷ അയാൾതന്നെ രൂപീകരിച്ചെടുക്കുകയും ചെയ്യുന്നു. അവിടെ അവന്റെ വീട് 'കുപ്പമാട'മാവുന്നു. ഭക്ഷണം 'കരിക്കാടി'യാവുന്നു. ക്ഷൗരം 'ചെര'യാവുന്നു.

ഒരു ജനതയുടെ ഭാഷയെ അവന്റെ ദാസ്യത്തിന്റെ ചിഹ്നമാക്കി മാറ്റുന്ന 'ഭാഷാരാഷ്ട്രീയം' ഇപ്പോഴും അധികാരത്തിന്റെയും അടിമത്തത്തിന്റെയും അടയാളങ്ങളായി ചരിത്രത്തിൽ തുടരുന്നുണ്ടല്ലോ. ചില അധിനിവേശ ശക്തികൾ അടിമയുടെ ഭാഷതന്നെ എടുത്തുകളയുകയും ചെയ്യുന്നുണ്ട്.

സംസ്കൃതത്തെ പ്രാകൃതംകൊണ്ട് പ്രതിരോധിക്കുന്ന മേലാള-കീഴാള ഭാഷാ രാഷ്ട്രീയത്തിന്റെ സൗന്ദര്യം നമ്മുടെ നാടോടിഗാന രൂപങ്ങളിൽ ധാരാളം കാണാം.

ഈ വിഷയത്തിൽ കുറെയേറെ അന്വേഷണങ്ങൾ നടത്തിയ ആളാണ് വള്ളുവനാട്ടിലെ പഴയ കവികളിലൊരാളായ താമറ്റാട്ട് ഗോവിന്ദൻകുട്ടി. ശ്രീ.എം. ഗോവിന്ദന്റെ ആത്മമിത്രവും സന്തതസഹചാരിയുമായിരുന്ന അദ്ദേഹം വർഷങ്ങൾക്കുമുമ്പ് വള്ളുവനാട്ടിലേയും - പാലക്കാട്ടേയും ഗ്രാമ-ഗ്രാമാന്തരങ്ങളിൽ സഞ്ചരിച്ച് ഒട്ടേറെ നാടോടിപ്പാട്ടുകളും തോറ്റങ്ങളും ശേഖരിച്ചിട്ടുണ്ട്. ശ്രീ. താമറ്റാട്ടിന്റെ നാടോടിപ്പാട്ടുശേഖരം മുഴുവൻ ഞാനീ യാത്രകൾക്കിടയിൽ പരിശോധിച്ചു. അദ്ദേഹവുമായി സംസാരിക്കുകയും ചെയ്തു.

പാലക്കാടൻ ഗ്രാമങ്ങളിൽനിന്ന് അദ്ദേഹം ശേഖരിച്ച കണ്യാർ കളിപ്പാട്ടുകളിൽ വിചിത്രമായ ഒരു ഭാഷാസംസ്കാരം കാണാം. കണ്യാർ കളിയിലെ ഒറ്റപ്പുറാട്ടുകളും കൂട്ടപ്പുറാട്ടുകളും തമ്മിലുള്ള സംവാദത്തിൽ ചോദ്യങ്ങൾ സംസ്കൃതത്തിലും ഉത്തരങ്ങൾ പ്രാകൃതത്തിലുമാണ്. കുറവൻ, കുറത്തി, മണ്ണാൻ, മണ്ണാത്തി, ചെറുമൻ, ചെറുമി, തൊട്ടിയൻ, തൊട്ടിച്ചി, ചക്കിലിയൻ, ചക്കിലിച്ചി തുടങ്ങിയ ഒറ്റപ്പുറാട്ടുകളും ചെറുമർ, കണക്കർ, മുഡുകർ, മലയർ, കൂട്ടപൂശാരിമാർ, മാപ്പിളമാർ, കൊണ്ടപറയർ തുടങ്ങിയ കൂട്ടപ്പുറാട്ടുകളും ചേർന്ന സങ്കീർണമായ ഈ നാടോടി നാടകത്തിൽ (കണ്യാർകളി) നമ്മുടെ സംസ്കാരത്തിന്റെ ആദി ഗോത്ര ചിഹ്നങ്ങളും അധിനിവേശിത ചിഹ്നങ്ങളും സമന്വയിക്കപ്പെട്ടിരിക്കുന്നു.

കണ്യാർകളിയിലെ മൂന്നാംദിവസത്തെ മലമപ്പാട്ടിലും പതിചൊല്ലലിലും മണ്ണിന്റെ അവകാശത്തെയും അധികാരത്തെയും ചൊല്ലിയുള്ള അർത്ഥപൂർണമായ ചില വിസ്താരങ്ങളുണ്ട്.

അരുളായരുളായരുളായലുങ്കരോ തുലുങ്കരോ.
കന്നടികൾ ശെട്ടികളോ, ശെട്ടികളോ?
അവർകളുമല്ലൈ... അവർകളുമല്ലൈ.
ഉത്തരപൂമിയിലേയിരുന്തുവന്ത
ലാടയോഗികൾ ലാടയോഗികളോ?
അവർകളുമല്ലൈ.... അവർകളുമല്ലൈ.

തെന്മല വടമലയിരുന്തുവന്ത
മൂപ്പന്മാർ മൂപ്പന്മാർകളോ?
അവർകളുമല്ലെ്ല... അവർകളുമല്ലെ്ല.

എന്നമട്ടിൽ അധിനിവേശം ചെയ്തവനെ വിസ്തരിക്കുന്ന ഈ പാട്ടുകളിൽ ചരിത്രത്തെ ചോദ്യം ചെയ്യുന്ന ഒരു നാടോടിക്കവി മറഞ്ഞിരിപ്പുണ്ട്.

വള്ളുവനാട്ടിലെ ചെറുമർക്കിടയിൽ പ്രചാരത്തിലുള്ള 'തലയാട്ടം', 'മുടിതല്ലാട്ടം' എന്നീ വിനോദങ്ങളിൽ (ചെറുമികൾ തലമുടിയഴിച്ചിട്ട് മാന്ത്രികവും ചടുലവുമായ താളത്തിൽ ഉറയുന്ന അനുഷ്ഠാനം) പാടാറുള്ള പാട്ടുകളിൽ 'ചെറിയ പറമ്പിലെ ചെന്തെങ്ങുംവീട്ടിലെ' തമ്പുരാട്ടിയെ വിശേഷിപ്പിച്ചിരിക്കുന്നത് ഇങ്ങനെയാണ്.

"കണ്ടാലും വേണ്ടീലോർ കേട്ടാലും വേണ്ടീലോ-
രുണ്ടായേപ്പിന്നെ കുളിച്ചിട്ടില്ല
കുളിക്കാൻ കുളിച്ചോലോ, പണ്ടൊരു കാലത്ത്
ചകിരിക്കുഴിയിൽ നിന്നൂത്തുളിച്ചു."

അടിയാള ജനതയ്ക്ക് മേലാളരോടുണ്ടായിരുന്ന വെറുപ്പും പുച്ഛവുമാണ് ഈ പാട്ടിൽ മറനീക്കി പുറത്തുവരുന്നത്.

ഇത്തരം പരിഹാസങ്ങളും കോലുവച്ചുള്ള നിന്ദകളും ചെറുമക്കളുടെ ചവിട്ടുകളിപ്പാട്ടുകളിലും കാണാമെന്ന് താമറ്റാട്ട് പറയുന്നു.

പാട്ടുകളിലും കളികളിലും മാത്രമല്ല, നിത്യജീവിതത്തിലും ഈ പരിഹാസം വിരുദ്ധപ്രകൃതത്തിൽ പുറത്തുവരും. മേലാളനോട് അതിവിനയം കാണിക്കുമ്പോൾ അതിപരിഹാസത്തിന്റെ ചില ആംഗ്യങ്ങളും അടയാളങ്ങളും കാണിക്കുന്ന ഒരുതരം നിത്യജീവിതാഭിനയവും അടിയാളർക്കിടയിൽ നടപ്പുണ്ട്. അതിവിനയം കാണിക്കുന്നത് അവിടെ ഒരു വിരുദ്ധാർത്ഥ സൂചനയാവുന്നു.

ചെറുമർക്കിടയിൽ പ്രചാരത്തിലുള്ള 'കരിങ്കുടിയാട്ടം' എന്ന അനുഷ്ഠാനത്തിൽ പ്രാകൃത ഭാഷയിലുള്ള തോറ്റമാണ് ആലപിക്കപ്പെടുന്നതെന്നും താമറ്റാട്ട് പറയുന്നു. ഇതേ തോറ്റംതന്നെ പക്ഷേ, മണ്ണാന്മാർക്കിടയിൽ പ്രചരിക്കപ്പെടുന്നത് മണിപ്രവാള ഭാഷയിലാണ്.

"വാഴ്കാ വാഴ്കാ വലഭാഗം
ഗണപതി വാഴ്കാ
വാഴ്കാ വാഴ്കാ ഇടഭാഗം
സരസ്വതി വാഴ്കാ" എന്നമട്ടിൽ ആഗമികാമൂർത്തികളായ ആര്യദൈവങ്ങളെ സ്തുതിച്ചുപാടുന്ന ഈ തോറ്റത്തിൽ കരിങ്കുട്ടി ചാത്തൻ

ദൈവത്തിന്റെ പുത്രനാണ്. ചാത്തനോ നല്ലച്ഛനായ പരമശിവന്റെ പുത്രനും.

വള്ളുവനാട്ടിലെ അടിയാള ഗോത്രങ്ങളുടെ പ്രബലദൈവങ്ങളാണ് കരിങ്കുട്ടിയും ചാത്തനും. ക്ഷുദ്രദേവതകളെന്നു പരിഹസിക്കപ്പെടുന്ന ഈ അധഃകൃത ദൈവങ്ങളുടെയെല്ലാം പിതൃത്വം പക്ഷേ, പരമശിവനിൽ ആരോപിച്ചിരിക്കുന്നതിലൂടെ സമർത്ഥമായ ഒരൊത്തുതീർപ്പു വ്യവസ്ഥ സവർണസമൂഹം അംഗീകരിച്ചിരിക്കുന്നതായി കാണാം.

സാംസ്കാരികമായ ഈ ഒത്തുതീർപ്പ് കേരളത്തിലെ ഗോത്ര സംസ്കാര ചരിത്രത്തിലെ നിർണായകമായ ഒരു വഴിത്തിരിവാണ്. അതിലൂടെ നേരത്തെ സൂചിപ്പിച്ച അടിയാള ദൈവങ്ങളുടെ കറുത്ത പ്രതിസംസ്കാരത്തെ തളച്ചിടാൻ സവർണ സംസ്കൃതിക്കു കഴിഞ്ഞു. കല്ലടിക്കോടൻ മലപൊട്ടിപ്പിളർന്നുപോന്ന മലദൈവങ്ങളെ മാത്രമല്ല, മലനാട്ടിൽ പടയോട്ടം നടത്തിയ അധഃകൃത ദൈവങ്ങളെയെല്ലാം തങ്ങളുടെ രക്ഷാധികാരത്വത്തിൻ കീഴിൽ കൊണ്ടുവരികയാണ് ഇതുവഴി ആര്യഗോത്രങ്ങൾ ചെയ്തത്.

ആ ഒത്തുതീർപ്പിന്റെ ശേഷിപ്പുകളാണ് പന്തിരുകുല മഹാകഥയുടെ ഐതിഹ്യ സ്മാരകങ്ങളായി നിളാതീരങ്ങളിൽ ചിതറിക്കിടക്കുന്നത്.

പന്തീരുകുല കഥയുടെ കേന്ദ്രമായ മേഴത്തൂരിൽ പാക്കനാരെ കുടിവെച്ച ഒരു മണ്ടകമുണ്ട്. മുമ്പൊരിക്കൽ അവിടെ ചെന്നപ്പോഴാണ് പാക്കനാരുടെ പിൻമുറക്കാരായ ഇവിടുത്തെ പറയഗോത്രക്കാരും മേഴത്തോളഗ്നിഹോത്രിയുടെ ഇല്ലക്കാരും തമ്മിൽ ഇന്നും നിലനിർത്തിപ്പോരുന്ന സാഹോദര്യത്തിന്റെ പുലബന്ധമറിഞ്ഞത്. അന്നുപാടിക്കേട്ട, തമിഴും മലയാളവും പ്രാകൃതവും ചേർന്ന, പാക്കനാർ തോറ്റത്തിൽ പാക്കനാരുടെ പരദേവതയായ അമ്മദൈവം 'ഒറ്റമുലച്ചി'യായിരുന്നു.

കേരളത്തിലെ അമ്മദൈവങ്ങൾക്കിടയിൽ പീഡിതയായ ഒറ്റമുലച്ചി കുടിയേറിവന്നത് 'കണ്ണകി'യുടെ കഥയ്ക്കുശേഷമാണ്. അതിനാൽ 'ചിലപ്പതികാര' കാലത്തിനുശേഷമാണ് പന്തിരുകുലകഥയുണ്ടായത് എന്ന് അനുമാനിക്കാം.

കാളിദാസ സദസ്സിലെ വരരുചിയല്ല പന്തീരുകുല കഥയിലെ വരരുചി എന്നു സ്ഥാപിച്ചുകൊണ്ട് കേസരി ബാലകൃഷ്ണപിള്ള നടത്തിയിട്ടുള്ള ചരിത്രനിരീക്ഷണങ്ങളിൽ പറയിപെറ്റ പന്തീരുകുല സ്ഥാപകനായ വരരുചി തിരുമാൽപ്പുരത്തു ജനിച്ച സാക്ഷാൽ കുമാരിലഭട്ടനാണ് എന്നു സ്ഥാപിച്ചിട്ടുണ്ട്. കേരളത്തിലെ വിക്രമാദിത്യനായിരുന്ന കുലശേഖരപ്പെരുമാൾ ഒന്നാമന്റെ സദസ്സിലെ നവരത്നങ്ങളിൽ വരരുചിയുടെ സ്ഥാനമുണ്ടായിരുന്ന കുമാരിലഭട്ടൻ കേരളത്തിലെ മീമാംസാകാരന്മാർക്കിടയിൽ പരക്കേ സ്വീകാര്യനായിരുന്നു. മലയാള ബ്രാഹ്മണർ, അവരുടെ

പൗരോഹിത്യ വാഴ്ചയ്ക്ക് തളർച്ച സംഭവിച്ച കാലത്ത് തമിഴകത്തുനിന്ന് വേദാന്തികളായിരുന്ന ഭട്ടികളെ (ഒരു പ്രത്യേക ബ്രാഹ്മണഗോത്രം) വരുത്തി, അവരുടെ സഹായത്തോടെ ആധിപത്യം തിരിച്ചുനേടിയ ചരിത്രംകൂടി വച്ചുനോക്കുമ്പോൾ കേസരിയുടെ നിരീക്ഷണം യുക്തി ഭദ്രമാണെന്നു മനസ്സിലാവും.

പന്തിരുകുലത്തിന്റെ പിതൃത്വം ഈ 'കുമാരിലഭട്ട' വരരുചിയിൽ കെട്ടി യേല്പിച്ചുകൊണ്ട് സവർണസംസ്കൃതി മെനഞ്ഞെടുത്ത ഈ പുതിയ സാംസ്കാരിക സമന്വയ വ്യവസ്ഥ അവരുടെ ഏറ്റവും സമർത്ഥമായ രാഷ്ട്രീയ നീക്കമായിരുന്നു എന്നു കാണാം.

കേരളത്തിൽ ഇസ്ലാംമതവും ക്രിസ്തുമതവും പ്രബലമായിത്തീർന്ന തിനു ശേഷമുണ്ടായതാണ് ഈ ഒത്തുതീർപ്പ് എന്നതിനു തെളിവായി കേസരിയുടെ നിരീക്ഷണങ്ങൾതന്നെ എടുക്കാം. ഉപ്പുകൊറ്റൻ മുസൽമാനായിരുന്നു എന്നും പെരുന്തച്ചൻ ക്രിസ്ത്യൻമതം സ്വീകരിച്ച ആളായിരുന്നു എന്നും തെളിവുകൾ നിരത്തി കേസരി സമർത്ഥി ക്കുന്നുണ്ട്.

അങ്ങനെയാണെങ്കിൽ, മതപരിവർത്തനങ്ങളിലൂടെ ഇവിടുത്തെ അവർണജാതി ഗോത്രങ്ങൾ സവർണാധിപത്യത്തിൽനിന്ന് മോചനം നേടാൻ തുടങ്ങിയപ്പോൾ അതിനു തടയിടാനുള്ള സുവർണമേധാവിത്വ ത്തിന്റെ തന്ത്രപ്രധാനമായ നീക്കമായിരുന്നു അത്. അതിലൂടെ ചെറിയ പദവികളും അധികാരങ്ങളും നൽകി അവർണ ജനതയെ തങ്ങളുടെ കൂടെ നിർത്താൻ സവർണാധിപത്യത്തിനു കഴിഞ്ഞു. ജന്മങ്ങളായി അനുഭവിക്കുന്ന സാംസ്കാരികാടിമത്വത്തിന്റെ ഫലമായി സവർണരുടെ അംഗീകാരം വലിയ പദവിയായി അവർണസമൂഹം തെറ്റിദ്ധരിക്കുകയും ചെയ്തു.

പറയിപെറ്റുണ്ടായി പന്ത്രണ്ടുകുലങ്ങളിൽപ്പിറന്ന മഹാത്മാരായ പുത്ര ന്മാരെല്ലാം ആര്യവംശജനായ മഹാബ്രാഹ്മണനു പിറന്നവരാണെന്നു സ്ഥാപിച്ചെടുക്കുന്നതിലൂടെ ഒരേസമയം അടിയാള ഗോത്രവംശജരുടെ മഹത്വം അംഗീകരിക്കുവാനും ബ്രാഹ്മണപിതാവിന്റെ ഔന്നത്യം ഉയർത്തിക്കാട്ടുവാനും സവർണ സംസ്കൃതിക്കു കഴിഞ്ഞു. അതിലൂടെ കുടിയേറിവന്ന വിചിത്രമായ ഒരു പിതൃദായക്രമവും അതിന്റെ പുരുഷാ ധിപത്യവും ആദിഗോത്രങ്ങളുടെ മാതൃദാനാധിഷ്ഠിതമായ സാമൂഹിക-സാംസ്കാരിക വ്യവസ്ഥിതിക്കുമേൽ പുതിയൊരു സങ്കരചരിത്ര മുണ്ടാക്കി.

വിരാട് പുരുഷന്റെ വിശ്വരൂപ വിജയത്തിൽ നമ്മുടെ അമ്മദൈവങ്ങൾ അനാഥരായിത്തീർന്നു. പറയനായ പാക്കനാരും ആശാരിയായ പെരു ന്തച്ചനും പാണനായ തിരുവരങ്കനും മുസൽമാനായ ഉപ്പുകൊറ്റനുമെന്നല്ല,

ചാത്തനും രജകനും വള്ളോനും നായരുമൊക്കെ ബ്രാഹ്മണപുത്രരാണെന്ന് അംഗീകരിച്ചുകൊടുത്തപ്പോഴും പുണ്യബീജങ്ങൾ ഏറ്റുവാങ്ങാനുള്ള നീചക്ഷേത്രം മാത്രമായി പറയിയെ (പറച്ചി) ചരിത്രപ്രവാഹങ്ങളുടെ കാണാക്കയങ്ങളിലേക്കൊഴുക്കിക്കളയാൻ സവർണപുരുഷൻ ശ്രദ്ധിച്ചു.

തൃത്താലക്കടവിൽ തോണിയിറങ്ങുമ്പോൾ ഇന്നും ഞാനെന്റെ കറുത്ത മാതാവിനെ ഓർക്കുന്നു. ഈ പുഴയിലൂടെയാണ് തലയിൽ തീപ്പന്തം അടിച്ചുതാഴ്ത്തപ്പെട്ട് വാഴപ്പോളച്ചങ്ങാടത്തിൽ അവർ ഒലിച്ചു വന്നതെന്ന് എഴുതാക്കഥകൾ എന്നോട് വെറുതെ നുണപറയുന്നു.

ഏതു പുഴയിലൂടെ വന്നാലും എന്റെ മാതൃക്ഷേത്രം എന്നും അനാഥമായിരുന്നു. "വിശ്വമാതൃത്വത്തെ വേദമഴുവിനാൽ വെട്ടി പുരോഹിത പാദത്തിൽ വെച്ച" പരശുരാമ കേരളത്തിന്റെ തീരാശാപമാണത്.

"ന്റെ അമ്മ കറുത്തിട്ടാണ്" എന്നു പറയാൻ മാത്രം ആത്മാഭിമാനമില്ലാതെ പോയ നിത്യഷണ്ഡരായ തലമുറകൾ ഇതിലേ അടിമകളായി മാത്രം കടന്നുപോയി. അവരുടെ തീരാത്ത ശാപങ്ങളും ശാപങ്ങളുമേറ്റു വാങ്ങി 'ഒറ്റമുലച്ചി'യായ എന്റെ തായ്നദി കിഴക്കൻ മലയിറങ്ങിവന്ന നിരവധി ആദിഗോത്ര പ്രവാഹങ്ങളേറ്റുവാങ്ങി പടിഞ്ഞാറൻ കരിങ്കടലിന്റെ ആഴങ്ങളിലേക്ക് നിത്യവ്യാകുലയായി ആഴ്ന്നുപൊയ്ക്കൊണ്ടിരിക്കുന്നു.

പ്രകാശത്തിന്റെ നഗരം

ഭൂമിയിൽ ജനിച്ച ഏതൊരു മനുഷ്യനും ജീവിതത്തിലൊരിക്കലെങ്കിലും ചെന്നെത്തേണ്ട സ്ഥലമാണ് കാശി. ലോകത്തിലെ ഏറ്റവും പൗരാണിക മായ സംസ്കാരനഗരം. പുരാതനഭാരതത്തിലെ എല്ലാ മനുഷ്യപ്രയത്ന ങ്ങളുടെയും ഊർജ്ജമാണ് ഈ നഗരം സംസ്കാരപ്രകാശമാക്കി സഞ്ചയിച്ചുവെച്ചിരിക്കുന്നത്.

മനുഷ്യവംശമുള്ളിടത്തോളം അറിവിന്റെയും അനുഭൂതിയുടെയും ആത്മീയമോക്ഷം തേടി തലമുറകൾ ഈ വഴി വരും. ശ്രീബുദ്ധനും വർധ മാനമഹാവീരനും ആദിശങ്കരനുമെന്നല്ല സത്യാന്വേഷകരായ ഒട്ടെല്ലാ മനുഷ്യസ്നേഹികളും കാശിയിൽ വന്നു. അവസാനിക്കാത്ത അറിവു കളെ തൊട്ടുതൊട്ടറിഞ്ഞ് 'നേതി, നേതി' (ഇതല്ല, ഇതല്ല) എന്ന് ആത്യ ന്തിക ബോധോദയത്തിലേക്കു നടന്നുപോയി. സുകൃതികൾ നടന്നു നടന്നാണ് കാശിയിൽ ജ്ഞാനോദയത്തിന്റെ വിശുദ്ധ പഥങ്ങളുണ്ടായത്.

മൂവായിരത്തി അഞ്ഞൂറുകൊല്ലം മുമ്പും കാശി നഗരം ചരിത്രപ്രസിദ്ധ മായിരുന്നു. പുരാതന റോം അറിയപ്പെടുന്നതിനുമുമ്പ് ഏതൻസ് ശക്തി പ്രാപിക്കും മുമ്പ്, എന്തിന്, നിനേവ കേന്ദ്രീകരിച്ച് ബാബിലോൺ ഒരു സംസ്കാര ശക്തികേന്ദ്രമാവാൻ പരിശ്രമിച്ചുകൊണ്ടിരുന്ന കാലത്തു പോലും പൗരസ്ത്യചരിത്രത്തിൽ കാശി അവയ്ക്കൊക്കെ മീതെ മനുഷ്യസംസ്കൃതിയുടെ ഒരു പ്രകാശഭൂമിയായി നിലനിന്നു.

വെറുതെയാവില്ല കാശിയിലെത്തിയ മാർക്ട്വയ്ൻ ഇങ്ങനെ കുറി ച്ചിട്ടത്: "ബനാറസിന് ചരിത്രങ്ങളേക്കാൾ പഴക്കമുണ്ട്. പാരമ്പര്യങ്ങളേ ക്കാളും മിത്തുകളേക്കാളും പുരാണങ്ങളേക്കാളും പൗരാണികതയുണ്ട്."

അതറിയുവാൻ ഈ മണ്ണിലെത്താനിടവന്നത് തീർത്തും യാദൃച്ഛിക മായാണ്. ആകാശവാണിയുടെ ദേശീയ കവിസമ്മേളനം ഒരുക്കിത്തന്ന സൗഭാഗ്യമായിരുന്നു എന്റെ കാശിയാത്ര. ഒരാഴ്ച കാശിയുടെ ഉൾവഴി കളിലൂടെ യാത്രചെയ്തു.

പ്രഭാതത്തിൽ ദാശാശ്വമേധഘട്ടത്തിൽ നിന്നു നോക്കിയാൽ കാണാം; കാലത്തിനു തോല്പിക്കാൻ കഴിയാത്ത കാശിനഗരത്തിന്റെ ആത്മീയ പ്രകാശം. വിശുദ്ധവും വ്യത്യസ്തവുമായ ഗംഗാനദിയുടെ കിഴക്കൻ

തീരത്ത് കണ്ണെത്താദൂരത്തോളം നിരനിരയായി ക്ഷേത്രഗോപുരങ്ങൾ, പ്രാകാരങ്ങൾ, വിദ്യാപീഠങ്ങൾ, സംഗീതമണ്ഡപങ്ങൾ, ആശ്രമങ്ങൾ, സ്നാനഘട്ടങ്ങൾ. ഏതൊരു സത്യാന്വേഷകനേയും അഗാധമായി മോഹിപ്പിച്ചുകൊണ്ട് സഹസ്രാബ്ദങ്ങളുടെ സ്പന്ദിക്കുന്ന ചരിത്രം ഗംഗ എന്ന കാലപ്രവാഹത്തിലേക്കിറങ്ങിനിൽക്കുകയാണ്. പ്രഭാതരശ്മികളിൽ, സുവർണ നാവുകളിലെന്നതുപോലെ ഏതൊക്കെയോ സൗമ്യസംസ്കൃതികൾ പ്രണവമുരുക്കഴിച്ചുകൊണ്ടിരിക്കുന്നു. പിൻനിലാവും സ്വർണവെയിലുമണിഞ്ഞ മഹാനദി ശൈവഭൂഷപോലെ പടമഴിച്ചിഴയുന്നൊരനന്തതയാവുന്നു. സ്ഥലകാലങ്ങളൊന്നാവുന്നു. വാക്കുകൾക്കു വരഞ്ഞിടാനാവാത്തതാണ് ഈ പുരാനഗരദർശനം. മണികർണികാഘട്ടത്തിലും ഹരിശ്ചന്ദ്രഘട്ടത്തിലും കേദാരഘട്ടത്തിലും രാത്രി ഒറ്റയ്ക്കു നടന്നു. ചുറ്റും ചുടലകൾ കത്തിയെരിയുന്നതുകണ്ടു. ഓരോ നിമിഷവും ഓരോ ജീവൻ ചുടലയിലെരിയുന്നു. പാതിവേവും മുമ്പേ ഗംഗാപ്രവാഹത്തിലേക്കെടുത്തെറിയപ്പെടുന്നു.

മരണം ഇവിടെ ജീവിതത്തിന്റെ തൊട്ടടുത്താണ്. ഒരു വശത്ത് കാശിയിൽ മരിച്ചു പുണ്യം നേടാൻ വേണ്ടി കാത്തുവന്നുകിടക്കുന്ന മോക്ഷാന്വേഷികൾ. മറുവശത്ത് ശവങ്ങൾക്കു വിലപറയുന്ന പാണ്ഡകളും ദല്ലാൾമാരും. ഹരിശ്ചന്ദ്രന്റെ വംശക്കാരാണ് തങ്ങളെന്നവകാശപ്പെടുന്ന ചുടലക്കാവൽക്കാർക്കൊപ്പം ഒരു സ്നാനഘട്ടത്തിൽ ഉടുവസ്ത്രമില്ലാത്ത ദിഗംബരസന്ന്യാസികളെയും കണ്ടു. ചുറ്റും ജനനമരണങ്ങളുടെ പൊരുളറിയാത്ത മഹാനാടകം. സംഹാരസ്വരൂപിയായ കാലഭൈരവൻ ശിവാകാരനായി ഇവിടെ നിടിലനേത്രം തുറന്ന് നടനം ചെയ്യുന്നുണ്ട്.

ദശാശ്വമേധഘട്ടത്തോടുചേർന്ന് 'ഗംഗ'യുടെ പേരിലുള്ള പുരാതനമായ ഹോട്ടലിലേക്ക് ഒരു രാത്രി എന്നെ കുട്ടിക്കൊണ്ടുപോയത് ബനാറസ് ഹിന്ദു യൂണിവേഴ്സിറ്റിയിൽ ചിത്രകലാധ്യാപകനായ ചെർപ്പുളശ്ശേരിക്കാരൻ സുരേഷ് കെ.നായരാണ്. നൂറ്റാണ്ടുകൾ പഴക്കമുള്ള ഹോട്ടൽ ഇപ്പോഴും അതേപോലെ നിലനിർത്തിയിരിക്കുന്നു.

ഡയറിയിൽ മുത്തച്ഛന്മാരെഴുതിവെച്ച പേരുവായിച്ച് ഇവിടേക്ക് ഇന്നും വിദേശസഞ്ചാരികളുടെ മൂന്നാമത്തെയും നാലാമത്തെയും തലമുറകൾ വരുന്നുണ്ട്. ഹോട്ടലിൽ പതിവുള്ള ഒരു സത്സംഗം നടക്കുകയായിരുന്നു. 'യോഗ ഹിന്ദൂയിസത്തിനവകാശപ്പെട്ടതാണോ?' (Does yoga belong to hinduism?) എന്ന വിഷയമവതരിപ്പിച്ചുകൊണ്ട് അമേരിക്കക്കാരനായ ഒരു ഗവേഷകപണ്ഡിതൻ അസന്ദിഗ്ധമായി ഇങ്ങനെ പ്രഖ്യാപിച്ചു: "യോഗ ഹിന്ദുവിന്റേതല്ല, എല്ലാവരുടേതുമാണ്."

സദസ്സിന്റെ മൂലയിൽനിന്ന് താടി നരച്ച ഒരു സാത്വിക വൃദ്ധൻ എഴുന്നേറ്റു ചോദിച്ചു: "ഹിന്ദുക്കൾ ഒരിക്കലും അവരുടേതാണെന്നവകാശപ്പെട്ടിട്ടില്ലാത്ത ഒരു കാര്യം നിഷേധിക്കാൻവേണ്ടി നിങ്ങളെന്തിനാണിത്ര പാടുപെടുന്നത്?"

തേജസ്വിയായ ആ വൃദ്ധൻ ഏതോ ഹിന്ദു സന്ന്യാസിയാണെന്നാണ് ഞാൻ വിചാരിച്ചത്. സുരേഷ് പറഞ്ഞു: "ഇറ്റലിക്കാരനാണ്. അമ്പതു വർഷമായി വാരാണസിയിൽ താമസിക്കുന്നു. ഇന്ത്യൻ വേദാന്തചിന്തയുടെ മറുകരകണ്ട പണ്ഡിതനാണ്."

ഇത്തരം സത്യാന്വേഷണ സംവാദങ്ങളാണ് കാശിയെ നിലനിർത്തിയത്. ലോകത്തെങ്ങുനിന്നും പണ്ഡിതന്മാർ ഇവിടെ വന്നു പാഠശാലകൾ സ്ഥാപിച്ചു.

സുരേഷിനോടൊപ്പമാണ് പിന്നീട് കാശി വിദ്യാപീഠത്തിലും മദൻ മോഹൻ മാളവ്യയുടെ സ്വപ്നങ്ങൾ സ്പന്ദിക്കുന്ന ബനാറസ് ഹിന്ദു യൂണിവേഴ്സിറ്റിയിലും ആനിബസന്റിന്റെ വിശ്വവിദ്യാലയത്തിലും കാശി വിശ്വനാഥ ക്ഷേത്രത്തിലും പോയത്.

വിശ്വനാഥ ക്ഷേത്രത്തിന്റെ മതിലും തൊട്ടടുത്തുള്ള പടുകറ്റൻ മുസ്ലീം ദേവാലയത്തിന്റെ മതിലും ഒന്നാണ്. മതിലിൽ വിഭജനത്തിന്റെ ചില പഴയ മുറിവുകളുണ്ട്. പക്ഷേ, എല്ലാ മുറിവിലും അതിജീവനത്തിന്റെ മരുന്നു ചേർത്തുകൊണ്ട് കാശി സൃഷ്ടിച്ചെടുത്ത ആത്മീയ സമന്വയത്തിന്റെ വസന്തം തന്നെയാണിവിടെ, സത്യം.

ശിവമന്ത്രങ്ങളും മഗ്‌രിബ് വാങ്കും ഒരുമിച്ചു മുഴങ്ങി. മനസ്സിലപ്പോൾ ഉസ്താദ് ബിസ്മില്ലാഖാന്റെ ഷെഹ്നായ് അലയടിച്ചു. മരണം വരെ ഉസ്താദ് ബിസ്മില്ലാഖാൻ കാശിവിശ്വനാഥന്റെ മുന്നിൽ ഷെഹ്നായ് വായിച്ചിരുന്നു.

കാശിക്ക് 'വാരാണസി' എന്നു പേരുണ്ടല്ലോ. 'വാരണ' നദിയും 'അസി' നദിയും ഗംഗയിൽ സംഗമിക്കുന്നിടത്താണ് ഈ സനാതന പുണ്യഭൂമി. അതുകൊണ്ടുതന്നെ സംസ്കാരങ്ങളുടെ സംഗമമാകുന്നു കാശിയുടെ ചിരന്തന സന്ദേശം. പഞ്ചമഹായജ്ഞങ്ങളിലൊന്നായ 'പിതൃയജ്ഞ'ത്തിനു കേൾവികേട്ട ഈ പുണ്യഭൂമിയിൽ പിതൃക്കൾക്കു ബലിയിടണമെന്നും തോന്നി. പുംനാമനരകത്തിൽനിന്ന് പിതൃപരമ്പരകളെ മോചിപ്പിക്കാത്തവന് 'പുത്ര' ശബ്ദത്തിനവകാശമില്ലല്ലോ.

കേദരഘട്ടത്തിലിറങ്ങി ഗംഗയെ തൊട്ടതും വൈദ്യുതാഘാതമേറ്റതുപോലെ ഒരു വിറയൽ. തണുത്തുറഞ്ഞ പൂർവമനുഷ്യചരിത്രമത്രയും നദീപ്രവാഹമായി ജീവനിലേക്കൊഴുകി വന്നതുപോലെ. നദിയിലൊഴുകുന്നത് ജീവന്റെ അവസാനിക്കാത്ത ചരിത്രമാണ്. നെരൂദ എഴുതിയതുപോലെ, വചനങ്ങളുടെയെല്ലാം ആദിമസ്രോതസ്സായ ജലം. ഈ ജലത്തെ സ്പർശിക്കുമ്പോൾ ഒറ്റനിമിഷത്തിൽ ആദിപിതാമഹൻ തൊട്ടിന്നോളം അനന്തതലമുറകൾ ജന്മത്തെ ചൂഴ്ന്നുനിൽക്കുകയാണ്.

'ആ മഹാപരമ്പരയിലൊരു ചെറിയ കണ്ണി മാത്രമാണ് ഞാൻ' എന്ന വിനയമാണ് കാശി പഠിപ്പിച്ചുതരുന്ന വെളിച്ചം. സ്വയംപൂർണമായതിൽ നിന്ന് പൂർണമായതെടുത്താലും 'പൂർണ'ത്തെ അവശേഷിപ്പിക്കുന്ന പ്രപഞ്ചജീവിതവിസ്മയം.

സ്നേഹംകൊണ്ട് ചികിത്സിക്കുന്ന ഒരിടം

മലയാളിയുടെ മരിക്കാത്ത മിത്തുകളിൽ ബുദ്ധിമാനായ ഒരു ഭ്രാന്തനു ണ്ടല്ലോ. അന്തിയാവോളം അത്യദ്ധ്വാനം ചെയ്ത് മലമുകളിലേക്ക് കല്ലുരുട്ടിക്കയറ്റുകയും അന്തിക്ക് താഴേക്കുരുട്ടിയിട്ട് പൊട്ടിച്ചിരിക്കുകയും ചെയ്ത നാറാണത്തുഭ്രാന്തൻ. അയാൾ ചുടലത്തീയിൽ അന്നം വെച്ചു ണ്ണുകയും ശ്മശാനത്തിൽ കിടന്നുറങ്ങുകയും ചെയ്തു. വിധികല്പിത മായ മരണമുഹൂർത്തത്തിൽ തെല്ലുമാറ്റം വരുത്തുവാൻപോലും കഴി വില്ലാത്ത വരദാനമൂർത്തിയോട് ഇടത്തേക്കാലിലെ മന്ത് വലത്തേ കാലി ലേക്കാക്കുവാൻ വരം ചോദിച്ചു.

തന്റെ കാലഘട്ടത്തിലെ സാമൂഹിക നീതികളേയും അന്ധവിശ്വാസ ങ്ങളേയും കർമ്മംകൊണ്ട് നിഷേധിക്കുകയും പ്രതീകാത്മകമായി പ്രതിഷേധിക്കുകയും ചെയ്ത നാറാണത്തെ ഇളയത് അങ്ങനെയാണ് സമൂഹദൃഷ്ടിയിൽ ഭ്രാന്തനായത്. ലോകത്തിന്റെ ഭ്രാന്തിനുനേരെ നോക്കി സത്യസന്ധമായി പൊട്ടിച്ചിരിച്ച തത്ത്വജ്ഞാനിയായ ആ ഭ്രാന്തന്റെ പിൻമുറക്കാരാണ് ഏറനാട്ടിലെ പൂങ്കുടിൽ നാറാണത്തുമനക്കാർ. മനോ രോഗ ചികിത്സ അവിടെ പാരമ്പര്യസിദ്ധിയും പൈതൃകവുമായിത്തീർന്നത് ചരിത്രത്തിന്റെ പ്രായശ്ചിത്തമാവാം.

പൂങ്കുടിൽ മനയിൽ മനോരോഗചികിത്സ തുടങ്ങിയിട്ട് കാലമെത്രയാ യെന്നാർക്കുമറിഞ്ഞുകൂടാ. നാറാണത്തുഭ്രാന്തന്റെ കാലത്തിനുമുമ്പും ഇവിടെ ചികിത്സയുണ്ടായിരുന്നുവെന്നു വിശ്വസിക്കുന്നവരുമുണ്ട്. ബ്രാഹ്മണ്യം വേദ-വേദാംഗങ്ങളും യജ്ഞവും പ്രഭുത്വവും കാത്തുപോന്ന കാലത്തും ഇവിടെ തലമുറകൾ നിരാലംബരായ മനോരോഗികൾക്ക് ജീവിതം നൽകുവാൻ ജന്മമുഴിഞ്ഞുവച്ചു. ജീവകാരുണ്യത്തിന്റെ മഹാ യാഗ പ്രസാദത്താൽ ജന്മധന്യത നേടി.

മഞ്ചേരിക്കു പോകുംവഴി ആനക്കയത്ത് ബസ്സിറങ്ങി പൂങ്കളപ്പടിയി ലേക്ക് (പൂങ്കുടിൽപടി കാലംകൊണ്ട് പൂങ്കളപ്പടിയായിത്തീർന്നതാണ്) വഴി യന്വേഷിച്ചാൽ ആളുകൾ സംശയത്തോടെ നോക്കുകയായി.

ഭ്രാന്തനോ, ഭ്രാന്തന്റെ ബന്ധുവോ?

നൂറ്റാണ്ടുകളേറെയായി ഈ വഴി കാരുണ്യവും സാന്ത്വനവും നിഷേധിക്കപ്പെട്ട മനോരോഗികൾ അഭയം തേടിവന്നെത്തുന്നു.

സമൂഹത്തിന്റെ സ്നേഹശൂന്യതകൊണ്ടു മാത്രം ഭ്രാന്തന്മാരായി ത്തീർന്നവർ, ഒരു നിമിഷത്തിന്റെ വിഭ്രമത്തിൽ മനസ്സിന്റെ സമനില നഷ്ടപ്പെട്ടവർ, സ്വാർത്ഥലാഭത്തിനും സ്വരക്ഷയ്ക്കും വേണ്ടി ബന്ധുജനങ്ങൾ ഭ്രാന്തന്മാരാക്കി മാറ്റിയവർ, ജീവിതപരീക്ഷണങ്ങളിൽ നിന്നൊളിച്ചോടുവാൻ ഭ്രാന്തെന്ന കപടനാട്യത്തിലഭയം തേടിയവർ; അങ്ങനെയങ്ങനെ എത്രയോപേർ ഈ വഴി കടന്നുപോയി.

'പൂങ്കുടിൽ മനയുടെ പടികടന്നാൽ ഏതു മൂത്തഭ്രാന്തും മാറു' മെന്നൊരു പഴയ ചൊല്ലുണ്ട്. ഒരർത്ഥത്തിൽ ആ ചൊല്ല് ശരിയാണ്. ഈ പടികടന്നാൽപ്പിന്നെ മനോരോഗിക്ക് 'ഭ്രാന്തനെ'ന്ന ചീത്തപ്പേരും അവഗണനയുമില്ല. സമൂഹത്തിൽ ഒരിക്കലും അയാൾക്ക് ലഭിക്കാത്ത പരിഗണന എല്ലാ അർത്ഥത്തിലും ഇവിടെ ലഭിക്കുന്നു. സ്വന്തം കുടുംബാംഗങ്ങളോടെയെന്നപോലെയാണ് മനയിലുള്ളവരെല്ലാം മനോരോഗികളോട് പെരുമാറുന്നത്. കുട്ടികൾപോലും അവരോടിടപഴകി ജീവിക്കുന്നു. അപകടകാരികളല്ലാത്ത രോഗികളെ ചങ്ങലയ്ക്കിടുകയോ സെല്ലിൽ അടച്ചിടുകയോ ചെയ്യുന്ന സമ്പ്രദായം ഇവിടെയില്ല. മനയിലുള്ളവരോടൊപ്പംതന്നെ തീർത്തും സ്വതന്ത്രരായി അവർ നിത്യജീവിതത്തിൽ പങ്കുചേരുന്നു. കൂട്ടാനു കഷണം നുറുക്കിയും മറ്റു ദൈനംദിന വീട്ടുകാര്യങ്ങൾ സഹായിച്ചുമൊക്കെ വീട്ടുകാരായി മാറിക്കഴിഞ്ഞിരിക്കുന്ന മനോരോഗികളേയും നമുക്കിവിടെ കാണാം.

ഇതിനിടയിൽ മനോരോഗികൾ നിരന്തരമായ സൂക്ഷ്മനിരീക്ഷണത്തിനു വിധേയരാവുന്നുണ്ട്. ചികിത്സകനും രോഗിയും ഒന്നിച്ചു താമസിക്കുന്നതിനാൽ നിത്യസമ്പർക്കംകൊണ്ടും നിരന്തരമായ നിരീക്ഷണം കൊണ്ടും രോഗിയുടെ മനോനിലയിലെ തകരാറുകൾ എളുപ്പത്തിൽ പറിച്ചറിയാൻ കഴിയുന്നു. രോഗനിർണയം സാധിക്കുന്നതോടൊപ്പംതന്നെ അതിനുള്ള പ്രതിവിധികളും ചെയ്തുതുടങ്ങുന്നു. പാരമ്പര്യമായി പൂങ്കുടിൽ മനയ്ക്കുമാത്രം ലഭിച്ചിട്ടുള്ള ചില ഔഷധങ്ങളുണ്ട്. ആയുർവേദവിധിപ്രകാരമുള്ള ഈ ഔഷധങ്ങളും ചികിത്സയിൽ വലിയൊരു പങ്കുവഹിക്കുന്നുണ്ട്. പിന്നെ ചില ചില്ലറ മന്ത്രവാദങ്ങളും ഏലസ്സും ചരടുമൊക്കെയും ഇവർ ചികിത്സയ്ക്കുപയോഗപ്പെടുത്തുന്നു. 'സൈക്കോതെറാപ്പി' എന്നതിലുപരിയായി, മനയുടെ പാരമ്പര്യസിദ്ധികളേയും ദിവ്യത്വത്തേയുംകുറിച്ച് നൂറ്റാണ്ടുകളായി ജനങ്ങളിലുറച്ചുപോയ ഒരു വിശ്വാസ ശക്തിയും ഇതിൽ പ്രധാന ഘടകമായിത്തീരുന്നുണ്ടെന്നു തോന്നുന്നു. ഏതായാലും കാലങ്ങളായുള്ള അനുഭവംകൊണ്ട് ഈ ചികിത്സാരീതികൾക്കുണ്ടാക്കാൻ കഴിഞ്ഞിട്ടുള്ള ഫലം വളരെ

വലുതാണ്. പൂങ്കളപ്പടിയിൽ എന്നും തിരക്കാണ്. മനയിൽ കുറച്ചുപേരെ മാത്രമേ താമസിപ്പിച്ചു ചികിത്സിക്കാൻ സാധിക്കുകയുള്ളൂ. എന്നതിനാൽ ദിവസവും വന്ന് മരുന്നുവാങ്ങിപ്പോകുന്നവരും ഉപദേശംതേടി വരുന്നവരു മാണധികം. ഒരു ദിവസം ഞങ്ങൾ ചെന്നപ്പോൾ മൈസൂറിൽനിന്നും കാറു മായി കാത്തുകിടക്കുന്നൊരു കുടുംബത്തേയും കണ്ടു.

മനോരോഗിയെ നിത്യജീവിതത്തിലേക്ക് തിരിച്ചുകൊണ്ടുവരിക യാണല്ലോ സാമാന്യമായ അർത്ഥത്തിൽ മനോരോഗചികിത്സയുടെ ലക്ഷ്യം. നീതിമൽക്കരിക്കാൻ കഴിയാത്ത കുറെ ഭ്രാന്തുകൾ സമൂഹ ത്തിനു തന്നെയുണ്ട്. കൂട്ടായ്മയുടെ നീതിബോധംകൊണ്ട് അംഗീകാരം നേടിക്കഴിഞ്ഞിരിക്കുന്ന ആ ഭ്രാന്തുകളോട് ബാലൻസ് ചെയ്തുനിൽക്കു വാനേ സാമൂഹികജീവിയായ വ്യക്തിക്കു സാധിക്കുകയുള്ളൂ. ബാലൻസ് തെറ്റുമ്പോൾ സമൂഹം അയാളെ ഭ്രാന്തനാക്കുന്നു. അല്ലെങ്കിൽ തന്നെയും വിശകലനാതീതമായ മനുഷ്യമനസ്സിന്റെ നിരവധി സൂക്ഷ്മഭാവ വൈചിത്ര്യങ്ങളാൽ ഏതു നിമിഷവും മനുഷ്യൻ ബോധത്തിന്റെ സമ തലത്തിൽനിന്ന് കാലിടറി വീണുപോയേക്കാം. പലപ്പോഴും നിയത മായൊരു കാരണം പോലുമില്ലാതെയാണിത് സംഭവിക്കുന്നത്. ബോധാ ബോധങ്ങളിലൂടെയുള്ള മനുഷ്യമനസ്സിന്റെ യാത്ര നൂൽപ്പാലത്തിലൂടെ യാണെന്നു സങ്കല്പിക്കപ്പെടുന്നതും അതുകൊണ്ടുതന്നെയാണ്.

ഇത്തരം സാഹചര്യങ്ങളിൽ തന്റെ സമൂഹത്തിൽ മനോരോഗിക്കു നിഷേധിക്കപ്പെട്ട സ്നേഹവും നീതിയും തിരിച്ചുനൽകുവാൻകൂടി മനോ രോഗ ചികിത്സകൻ ബാധ്യസ്ഥനാണ്. ഒരുപക്ഷേ, ആ സ്നേഹം തിരി ച്ചറിയാൻ കഴിയാത്തവിധം രോഗിയുടെ മനോനില തകരാറിലായിട്ടുണ്ടെ ങ്കിൽപ്പോലും അതയാളുടെ ഒരു ധാർമ്മിക ബാധ്യതയാവുന്നു.

ഇവിടെയാണ് പൂങ്കുടിൽ മനയുടെ പ്രസക്തി.

ഇവർ മനോരോഗിയെ അടിസ്ഥാനപരമായി സ്നേഹംകൊണ്ടാണ് ചികിത്സിക്കുന്നത്. സ്നേഹപൂർണമായ ഒരു ലോകം രോഗിക്കുചുറ്റും പുനഃസൃഷ്ടിക്കപ്പെടുകയാണ്. ഇവിടെ ചികിത്സകനായി ഒരു വ്യക്തി യല്ല ഉള്ളത്. ഈ മനയിലെ അംഗങ്ങൾ മുഴുവൻ പൂർണമായും ചികിത്സ യിൽ പങ്കുചേരുകയാണ്. അവർക്കിതൊരു പ്രൊഫഷനല്ല. ഒരനുഷ്ഠാ നവും നിയോഗവുമാണ്. സ്വന്തം ജീവിതത്തോളം തന്നെ ആത്മാർത്ഥ മായി അതു നിർവ്വഹിക്കപ്പെടുകയും ചെയ്യുന്നു.

പൂങ്കുടിൽ മനയിലെ അംഗങ്ങളാരുംതന്നെ മനോരോഗ ചികിത്സയിൽ അക്കാഡമിക് പരിശീലനം നേടിയിട്ടുള്ളവരോ ബിരുദമെടുത്തിട്ടുള്ള വരോ അല്ല. അനുഭവം തന്നെയാണവർക്കു പരിശീലനം. ചെറിയ വാസു ദേവൻ നമ്പൂതിരി, വിഷ്ണുനമ്പൂതിരി, പി.എൻ. നമ്പൂതിരി, ദേവൻ, നാരാ യണൻകുട്ടി, ജാതവേദൻ തുടങ്ങി ഇന്നു മനയിലുള്ള പുരുഷന്മാരെല്ലാം മനോരോഗചികിത്സയിൽ പ്രവീണരാണ്.

കാരണവരായ ചെറിയ വാസുദേവൻനമ്പൂതിരി പറയുന്നു:

“ഞങ്ങൾ ജനിച്ചുവളർന്നത് മനോരോഗികൾക്കിടയിലാണ്. കുട്ടിക്കാലം മുതൽക്കിന്നേവരെ പലതരക്കാരും പല ദേശക്കാരും പല ജാതിക്കാരുമായി എത്രയോ മനോരോഗികളെ ഞാൻതന്നെ കണ്ടിരിക്കുന്നു. കാരണവന്മാർ അവരെ ചികിത്സിക്കുന്ന രീതി ഞങ്ങൾ കണ്ടു മനസ്സിലാക്കി. അവരെ സഹായിച്ചുകൊണ്ട് ചികിത്സയിൽ പങ്കുചേർന്നു. പലതും സ്വയം വിശകലനം ചെയ്തു മനസ്സിലാക്കി. ഇതൊക്കെത്തന്നെയാണ് ഞങ്ങളുടെ ട്രെയിനിംഗ്. വാസ്തവത്തിൽ മനോരോഗ ചികിത്സ പഠിക്കാൻ കഴിയുന്ന ഒന്നല്ല. ഓരോ മനോരോഗിയും മറ്റൊരാളിൽനിന്ന് വ്യത്യസ്തനാണ്. ഓരോ കാലത്തെ ഭ്രാന്തനും മറ്റൊരു കാലത്തെ ഭ്രാന്തനിൽനിന്ന് വ്യത്യസ്തനാണ്. എന്റെ കുട്ടിക്കാലത്തിവിടെ വന്നിരുന്ന മനോരോഗികളിൽനിന്ന് പലതരത്തിലും വ്യത്യസ്തരാണ് ഇന്നിവിടെ വരുന്നവർ. എന്നേക്കാളേറെ അവരെ മനസ്സിലാക്കാനും ചികിത്സിക്കാനും കഴിയുന്നത് ഈ കാലത്തിന്റെ സ്വഭാവമറിയുന്ന എന്റെ മക്കൾക്കാണ്. ഇവിടെ പരിചയസമ്പന്നതയും അറിവും മാത്രം പോര, സൂക്ഷ്മനിരീക്ഷണത്തിനും വിശകലനത്തിനുമുള്ള പ്രതിഭകൂടി വേണം. എഴുതിവെച്ച സിദ്ധാന്തങ്ങളും പുസ്തകങ്ങളും മാത്രം വെച്ച് മനോരോഗങ്ങളെ തരംതിരിച്ച് ചികിത്സിക്കുകയല്ല ഞങ്ങൾ ചെയ്യുന്നത്. ഓരോ രോഗിയുടെയും പൈതൃക സാഹചര്യങ്ങളെയും മനോനിലയെയും സസൂക്ഷ്മം പഠിച്ചറിയുകയാണ്. രോഗനിർണയം ചെയ്യാൻ പ്രത്യേകമായൊരു സിദ്ധിയും പാരമ്പര്യമായി ഞങ്ങൾക്കു കിട്ടിയിട്ടുണ്ടെന്നാണെന്റെ വിശ്വാസം. ചികിത്സയ്ക്ക് ഫലപ്രാപ്തിയുണ്ടാവുന്നത് ഗുരുകാരണവന്മാരുടേയും ഇവിടത്തെ ഭഗവതിയുടെയും അനുഗ്രഹം കൊണ്ടുകൂടിയാണെന്നും ഞാൻ വിശ്വസിക്കുന്നു.”

ദൈവാധീനത്തേയും പാരമ്പര്യത്തേയുംകുറിച്ചുള്ള വിശ്വാസം ഇവരിൽ രൂഢമൂലമാണ്. മനയിൽ പരദേവതയായ ഭഗവതിയുടെയും ഗണപതിയുടെയും പ്രതിഷ്ഠാസാന്നിധ്യങ്ങളുണ്ട്. നിത്യവും മുടങ്ങാതെ പൂജകൾ നടത്തിപ്പോരുകയും ചെയ്യുന്നു. പാരമ്പര്യ സിദ്ധികൾ പുലർന്നു പോരുന്നിടത്തൊക്കെ ഇത്തരം വിശ്വാസങ്ങളും ശക്തമാണല്ലോ. മനസ്സിനു ബാധിച്ച രോഗങ്ങൾക്കുള്ള ചികിത്സയായതുകൊണ്ട് അതീന്ദ്രിയ സിദ്ധികളിലുള്ള ഈ അടിയുറച്ച വിശ്വാസം ഇവിടെ ചികിത്സകനേയും രോഗിയേയും ഒരുപോലെ സഹായിക്കുന്നു. ഈ വിശ്വാസമാകട്ടെ കാലം കൊണ്ട് വളർന്നു വന്നതുമാണ്. ആധുനികകാലത്തെ മനോരോഗ ചികിത്സാകേന്ദ്രങ്ങൾക്ക് ഇങ്ങനെയൊരു പരിവേഷമുണ്ടാക്കിയെടുക്കാനും സാധ്യമല്ലല്ലോ.

മനയിലെ യുവതലമുറയുടെ പ്രതിനിധിയായ പി.എൻ. നമ്പൂതിരി പറയുന്നു:

“ഞങ്ങൾക്കു വേണമെങ്കിൽ പാരമ്പര്യത്തെയും പൈതൃകത്തെയും വലിച്ചെറിഞ്ഞുപോകാമായിരുന്നു. കൂടുതൽ സ്വസ്ഥതയുള്ള ജോലികൾ

കിട്ടാഞ്ഞിട്ടുമല്ല. ഞങ്ങളായിട്ട് ഈ പാരമ്പര്യം കളഞ്ഞുകുളിക്കാൻ പാടില്ലെന്നുള്ള നിർബന്ധബുദ്ധികൊണ്ടു മാത്രമാണ് ജീവിതത്തിലെ പല സുഖസൗകര്യങ്ങളുപേക്ഷിച്ച് ഈ നിയോഗമേറ്റെടുത്തിരിക്കുന്നത്."

ഈ വാക്കുകളിൽ ആത്മാർത്ഥതയുടെ പ്രകാശമുണ്ട്. ഇത് ഭംഗി വാക്കല്ലെന്ന് ഇവിടെ വന്നാൽ ബോധ്യപ്പെടും. ഇന്നത്തെ കാലത്ത് ചെറുപ്പക്കാരേറ്റെടുക്കുവാൻ ധൈര്യപ്പെടാത്ത ഉത്തരവാദിത്വമാണ് പാരമ്പര്യത്തിന്റെ പേരിൽ ഇവരേറ്റെടുത്തിരിക്കുന്നത്. ജീവിതകാലം മുഴുവൻ മനോരോഗികൾക്കുവേണ്ടി ഉഴിഞ്ഞുവയ്ക്കുക. അവരുടെ അസ്വസ്ഥതകളും നൊമ്പരങ്ങളുമേറ്റെടുക്കുക. സ്നേഹത്തിന്റെ വഴിയിലേക്ക് അവരെ കൈപിടിച്ച് ക്ഷണിക്കുക.

ഇതിനിടയിൽ മനോരോഗ ചികിത്സകന് നേരിടുവാൻ പരീക്ഷണങ്ങളേറെയുണ്ട്. പലപ്പോഴും സ്വന്തം മനസ്സിന്റെ സമനില തന്നെ തെറ്റിയേക്കുമെന്ന് പേടി തോന്നുംവിധം സങ്കീർണമായ മനഃശാസ്ത്ര സമസ്യകളിലൂടെ യാത്രചെയ്യേണ്ടിവരും. വിശ്രമവും സമാധാനവും പൂർണമായും വെടിയേണ്ടതായിവരും.

ഒരു സിനിമ കണ്ടിട്ടോ, വിവാഹംപോലുള്ള വിശേഷങ്ങളിൽ പങ്കുചേർന്നിട്ടോ വർഷങ്ങളേറെയായെന്ന് പി.എൻ.നമ്പൂതിരി പറയുന്നു. സുഹൃത്തുക്കളും ബന്ധുക്കളുമൊക്കെ ഭ്രാന്തന്മാരുടെ കൂട്ടത്തിൽ തങ്ങളെ എഴുതിത്തള്ളിയിരിക്കുന്നുവെന്നു പറഞ്ഞ് അദ്ദേഹം ചിരിച്ചു.

"പക്ഷേ, വലിയൊരു ചാരിതാർത്ഥ്യമുണ്ട്. ജീവിതം നിഷേധിക്കപ്പെട്ടു വന്ന കുറെ മനുഷ്യരും അവർക്കുവേണ്ടി കണ്ണീരൊഴുക്കി കൂടെവന്ന പ്രിയജനങ്ങളും പിന്നീട് സന്തോഷത്തോടെ ഈ പടിയിറങ്ങി ജീവിതത്തിലേക്കു തിരിച്ചുപോവുന്നതു കാണാൻ ഭാഗ്യമുണ്ടായിട്ടുണ്ട്."

ലോകത്തുണ്ടായിട്ടുള്ള മിക്ക മനഃശാസ്ത്രപഠനങ്ങളും വായിച്ചറിഞ്ഞിട്ടുള്ള പി.എൻ. നമ്പൂതിരി മനഃശാസ്ത്രത്തെക്കുറിച്ചും മനോരോഗ ചികിത്സയെക്കുറിച്ചും ഗഹനമായിത്തന്നെ വിശദീകരിച്ചുതന്നു.

"സമൂഹത്തിന്റെ സൃഷ്ടിയാണ് മനോരോഗമെന്ന മട്ടിൽ ലളിതമായി മനോരോഗങ്ങളെ സമീപിച്ചുകൂടാ. സമൂഹത്തിന്റെ കാരുണ്യശൂന്യത മനോരോഗങ്ങളുണ്ടാക്കുന്നതിൽ ഒരു പങ്കു വഹിക്കുന്നുവെന്നു വേണമെങ്കിൽ പറയാം. എന്നാൽ മനോരോഗമുണ്ടാവാൻ മുമ്പേതന്നെ സാധ്യതയുള്ള ഒരാൾക്കേ ചുറ്റുപാടുകളുടെ സ്നേഹശൂന്യതകൊണ്ടോ സംഘർഷംകൊണ്ടോ മനോരോഗമുണ്ടാവുകയുള്ളൂ. വിശകലനത്തിനു വഴങ്ങാത്ത ഒരുപാടു സൂക്ഷ്മഘടകങ്ങൾ ഇതിൽ പ്രവർത്തിക്കുന്നുണ്ട്. അവയിലൂടെയുള്ള അന്വേഷണയാത്രയാണ് മനഃശാസ്ത്രജ്ഞന്റെ നിരീക്ഷണം. ഇന്ന് മനോരോഗങ്ങൾ വളരെയേറെ സങ്കീർണമായിട്ടുണ്ട്. ആധുനികകാലത്തെ ജീവിതത്തിന്റെ സങ്കീർണത തന്നെയാണതിനു കാരണം."

യാന്ത്രികമായിത്തീർന്നിരിക്കുന്ന ജീവിതബന്ധങ്ങളെക്കുറിച്ചായി പിന്നെ സംഭാഷണം.

“കൂട്ടുകുടുംബ വ്യവസ്ഥയുടെ തകർച്ചയ്ക്കുശേഷമുണ്ടായിട്ടുള്ള ബന്ധശൈഥില്യവും അനുനിമിഷം യാന്ത്രികമായിക്കൊണ്ടിരിക്കുന്ന ജീവിത സാഹചര്യങ്ങളുമൊക്കെ ഇന്ന് മനോരോഗ വിദഗ്ധൻ കണക്കിലെടുക്കേണ്ടതുണ്ട്. അയാൾക്ക് സമഗ്രമായ ഒരു ജീവിതാവബോധമുണ്ടായിരിക്കേണ്ടത് ചികിത്സയുടെ വിജയത്തിനാവശ്യമാണ്. രോഗനിർണയത്തിലും ചികിത്സയിലും ഞങ്ങൾ സ്വീകരിച്ചുപോരുന്ന ഉപാധികൾക്ക് ശാസ്ത്രീയമായും അടിസ്ഥാനമുണ്ടെന്നുതന്നെയാണ് ഞാൻ മനസ്സിലാക്കുന്നത്.”

പൂങ്കുടിൽ മനയുടെ ചികിത്സാസമ്പ്രദായത്തിന് ഗോത്രവർഗങ്ങളുടെ പ്രിമിറ്റീവ് ചികിത്സാരീതികളോടാണോ പുരാതന ഭാരതീയ വൈദ്യശാസ്ത്രത്തോടോണോ അടിസ്ഥാനപരമായി ബന്ധമുള്ളതെന്ന് ഞാൻ ചോദിച്ചു.

“തീർച്ചയായും പുരാതന ഭാരതീയ വൈദ്യശാസ്ത്രത്തോടുതന്നെയാണ്. നമ്മുടെ പഴയ നിരീക്ഷണങ്ങൾപ്രകാരം ഹീനം, മിഥ്യ, അതി എന്നീ മൂന്നുതരം ദോഷങ്ങൾ മനസ്സിനുണ്ടാവാൻ പാടില്ല എന്നാണ് പറയുന്നത്. ഹീനം എന്ന ദോഷം വലിയ അനുഭവങ്ങളെയെല്ലാം വളരെ ചെറുതാക്കി തോന്നിപ്പിക്കുന്നു. മിഥ്യ എന്ന ദോഷം ഉള്ളതിനെ ഇല്ലാത്തതായും ഇല്ലാത്തതിനെ ഉള്ളതായും തോന്നിക്കുന്നു. അതി എന്ന ദോഷം ചെറിയ അനുഭവങ്ങളെ വലുതാക്കി തോന്നിപ്പിക്കുന്നു. മനസ്സിനുണ്ടാവുന്ന ഈ ദോഷങ്ങളുടെ ഏറ്റക്കുറച്ചിലുകളാണ് വലിയൊരളവുവരെ പലതരം മനോരോഗങ്ങൾക്കും കാരണമാവുന്നത്. ഇതുപോലെതന്നെ മനോരോഗങ്ങളെ സംബന്ധിച്ചുള്ള ധാരാളം നിരീക്ഷണങ്ങളും അവയ്ക്കുള്ള പ്രതിവിധികളും നമ്മുടെ വൈദ്യശാസ്ത്രത്തിലുണ്ട്. പാരമ്പര്യമായി ഞങ്ങൾക്കു ലഭിച്ചിട്ടുള്ള സിദ്ധികളും ഔഷധങ്ങളുമെല്ലാം ഇതുമായി ബന്ധപ്പെട്ടവയാണെന്നാണ് ഞാൻ മനസ്സിലാക്കുന്നത്.”

മന്ത്രവാദംപോലുള്ള ‘പ്രിമിറ്റീവാ’യ ഘടകങ്ങളെക്കുറിച്ച് ചോദിച്ചപ്പോൾ അവ ചികിത്സയെ നേരിട്ടു ബാധിക്കില്ലെന്നാണ് പി.എൻ. നമ്പൂതിരി പറഞ്ഞത്.

“പാരമ്പര്യ ചികിത്സാസമ്പ്രദായങ്ങളിൽ വിശ്വാസത്തോടു ബന്ധപ്പെട്ട ഇത്തരം കുറെയേറെ ഘടകങ്ങളുണ്ട്. കേവലയുക്തിയുടെ അടിസ്ഥാനത്തിൽ നിഷേധിക്കാവുന്നവയല്ല അവ. ആഴത്തിലുള്ള പഠനങ്ങൾ ഈ വിഷയങ്ങളിലിനിയുമുണ്ടാവേണ്ടതായാണിരിക്കുന്നത്.”

അപസ്മാരവും മാനസികരോഗവും തിരിച്ചറിയാനുള്ള കഴിവാണ് പ്രാഥമികമായും ഒരു മനോരോഗ ചികിത്സകനുണ്ടായിരിക്കേണ്ടതെന്ന്

പി.എൻ. നമ്പൂതിരി പറയുന്നു. അതുപോലെതന്നെ തലച്ചോറിനു സംഭവിച്ചിട്ടുള്ള ക്ഷതംകൊണ്ടോ തലയ്ക്കുള്ളിൽ വളരുന്ന ട്യൂമറുകൾ പോലുള്ള മറ്റെന്തെങ്കിലും കാരണങ്ങൾകൊണ്ടോ ഒരു രോഗി ചിലപ്പോൾ മനോരോഗ ലക്ഷണങ്ങൾ കാണിച്ചുവെന്നുവരാം. ഈ വിധത്തിലുള്ള കേസുകൾ തിരിച്ചറിയാൻ സഹായിക്കുന്ന പല ലക്ഷണശാസ്ത്രങ്ങളും പാരമ്പര്യമായി ഞങ്ങൾക്കു ലഭിച്ചിട്ടുണ്ട്. ഞങ്ങളുടെ അനുഭവത്തിലിന്നേ വരെ അത്തരം നിരീക്ഷണങ്ങൾ പിഴച്ചിട്ടില്ല. ഇത്തരം സന്ദർഭങ്ങളിൽ ആധുനിക അലോപ്പതി വൈദ്യശാസ്ത്രത്തിന്റെ സഹായം തേടുകയല്ലാതെ മറ്റു മാർഗമില്ല. ഇന്നിപ്പോൾ പല സമയത്തും ഈ പ്രദേശങ്ങളിലെ അലോപ്പതി ഡോക്ടർമാരും മറ്റു മനോരോഗ വിദഗ്ധരുമായി സഹകരിച്ചാണ് ഞങ്ങൾ ചികിത്സ നടത്തിപ്പോരുന്നത്. ഡോ. ശാന്തകുമാറിന്റെയും മോഹനചന്ദ്രന്റെയുമൊക്കെ ചികിത്സയിൽ കഴിയുന്ന രോഗികൾ ഇവിടെ വരാറുണ്ട്. ഞങ്ങളുടെ രോഗികൾ അവരുടെ അടുത്തും പോകാറുണ്ട്. രോഗം ഭേദമാകുവാൻ സഹായിക്കുന്ന എല്ലാ ഘടകങ്ങളേയുമുപയോഗപ്പെടുത്താമെന്നാണ് ഞാൻ കരുതുന്നത്. മനഃശാസ്ത്രത്തെയും മനോരോഗത്തെയുംകുറിച്ചുള്ള പഠനങ്ങൾ എവിടെ നടന്നതായാലും പരസ്പരം വെള്ളം കടക്കാത്ത അറകളിൽ കെട്ടി നിർത്താവുന്നവയല്ല. മാത്രവുമല്ല നമ്മുടെ നാട്ടിലേക്കാൾ കൂടുതലായി ഈ വിഷയങ്ങളിൽ പഠനങ്ങൾ നടന്നിട്ടുള്ളത് വിദേശങ്ങളിലാണ്."

മനഃശാസ്ത്രത്തിൽ വളരെ പ്രസിദ്ധമായിത്തീർന്നിട്ടുള്ള ഫ്രോയിഡിന്റെ നിരീക്ഷണങ്ങളെക്കുറിച്ച് ഞാൻ സൂചിപ്പിച്ചു.

"മനോരോഗ ചികിത്സയെ വളരെയേറെ സ്വാധീനിച്ചിട്ടുള്ള പഠനങ്ങളാണ് ഫ്രോയിഡിന്റേത്. പക്ഷേ, ഏതു മനഃശാസ്ത്രജ്ഞന്റെ ദർശനങ്ങളും ഭാഗികമായേ പൂർണമാവുകയുള്ളൂ. ജീവിതധർമ്മത്തിൽ ഊർജ്ജസമ്പാദനത്തേക്കാൾ പ്രത്യുല്പാദനത്തിന് പ്രാധാന്യം കൊടുത്തുവെന്നതാണ് ഫ്രോയ്ഡിയൻ തിയറിയുടെ ഒരു പ്രധാന ദോഷം. എന്നാൽ, ഫ്രോയിഡിനോളം പ്രസിദ്ധനല്ലാത്ത ക്രിസ്റ്റർ കോഡ്വെൽ എന്ന മനഃശാസ്ത്രജ്ഞന്റെ ചില നിരീക്ഷണങ്ങൾ വളരെ അർത്ഥവത്തായി എനിക്കു തോന്നിയിട്ടുണ്ട്. മനോരോഗികളിൽ നിന്നല്ല; സോഷ്യോളജിയിൽ നിന്നാണ് മനഃശാസ്ത്രം ഉരുത്തിരിഞ്ഞുവരേണ്ടതെന്നാണ് കോഡ്വെൽ പറയുന്നത്. മനഃശാസ്ത്രജ്ഞന് സോഷ്യോളജിയിലുള്ള അജ്ഞതയും സാമൂഹിക വിദ്യാഭ്യാസത്തിന്റെ അപര്യാപ്തതയും ഇന്നും മനോരോഗ ചികിത്സയെ ബാധിക്കുന്ന ഘടകങ്ങളാണ്."

പി.എൻ. നമ്പൂതിരിയുടെ വാക്കുകളെ പൂരിപ്പിച്ചുകൊണ്ടാണ് അദ്ദേഹത്തിന്റെ അപ്ഫനായ വിഷ്ണുനമ്പൂതിരി സംസാരിച്ചത്.

വാസ്തവത്തിൽ ചികിത്സ വേണ്ടത് സമൂഹത്തിനാണെന്നദ്ദേഹം പറയുന്നു. "രോഗം മാറിയ ഒരു മനോരോഗിയെ സമൂഹത്തിൽ പുനരധിവസിപ്പിക്കുകയെന്നതാണ് ഇന്ന് ഏറ്റവും ദുഷ്കരമായ കാര്യം. ഒരിക്കൽ

'മനോരോഗി'യായ ഒരാൾക്ക് രോഗം പൂർണമായും മാറിയാലും സമൂഹത്തിൽ മറ്റു വ്യക്തികൾക്കുള്ള സ്വാതന്ത്ര്യത്തോടെ ജീവിക്കാൻ സാധ്യമല്ല. അയാൾ പരിധിവിട്ടൊന്നു ചിരിച്ചാൽ മതി, സമൂഹം അയാളെ വീണ്ടും ഭ്രാന്തനാക്കും. ഇവിടെനിന്നും രോഗം തീർത്തും ഭേദമായിപ്പോയവർ വീണ്ടും രോഗികളായി ഇവിടെത്തന്നെ വന്ന അനുഭവങ്ങളുണ്ടായിട്ടുണ്ട്."

ഒരു മനോരോഗചികിത്സകനെന്ന നിലയിൽതന്നെ ധർമ്മസങ്കടത്തിലാക്കിയിട്ടുള്ള ഒട്ടു വളരെ അനുഭവങ്ങൾ വിഷ്ണു നമ്പൂതിരിക്കോർക്കുവാനുണ്ട്.

"ഒരിക്കൽ തന്റെ രണ്ടു കുഞ്ഞുങ്ങളെ കഴുത്തു ഞെരിച്ചുകൊന്ന മനോരോഗിയായ ഒരമ്മയെ മനയിൽ ചികിത്സയ്ക്കു കൊണ്ടുവന്നു. അവരുടെ കേസ് പഠിച്ചറിഞ്ഞപ്പോഴാണ് കൊന്നാൽ കുട്ടികൾ സ്വർഗത്തിലെത്തിച്ചേരുമെന്നുള്ള ഒരുന്മാദ സങ്കല്പത്തിലാണ് അവരങ്ങനെ ചെയ്തതെന്നു മനസ്സിലാവുന്നത്. രോഗം ചികിത്സിച്ചു ഭേദപ്പെടുത്തിയാൽ താൻ കുട്ടികളെ കൊന്നുവെന്ന സത്യം തിരിച്ചറിഞ്ഞ് അവർ ആത്മഹത്യ ചെയ്തേക്കും. ചികിത്സിക്കാതിരുന്നാൽ പഴയതുപോലെ ഇനിയും അവരെന്തെങ്കിലും കടുംകൈ ചെയ്തുവെന്നു വരാം. ഈ അവസ്ഥയിൽ നമ്മളെന്തു ചെയ്യും?"

ഒരു കടംകഥയ്ക്കുത്തരം ചോദിക്കുംപോലെ വിഷ്ണുനമ്പൂതിരി ചോദിക്കുന്നു.

മറ്റൊരിക്കൽ ധനികനായ ഒരു വ്യാപാരി തന്റെ മകന് മനോരോഗമാണെന്നു പറഞ്ഞ് കൊണ്ടുവന്നു. അളവറ്റ സമ്പത്തുള്ള ആ മനുഷ്യന്റെ ഒരേയൊരു മകനാണത്. പക്ഷേ, മകൻ വീടും ധനവും ഭാര്യയേയും കുട്ടികളേയുമൊക്കെ ഉപേക്ഷിച്ച് ഏതോ തീവ്രവാദ രാഷ്ട്രീയ സംഘടനയുമായി ബന്ധപ്പെട്ട് സാമൂഹ്യക്ഷേമ പ്രവർത്തനം നടത്തുകയാണ്. ഇത് ഭ്രാന്തല്ലാതെ എന്താണെന്നാണച്ഛൻ ചോദിക്കുന്നത്.

വാസ്തവത്തിൽ പണ്ട് ബുദ്ധഭഗവാനും സംഭവിച്ചതുതന്നെയല്ലേ ഈ മകനും സംഭവിച്ചിരിക്കുന്നത്? ബുദ്ധനെ ഭ്രാന്തിനു ചികിത്സിക്കേണ്ടി വരുന്ന മനോരോഗ വിദഗ്ധന്റെ അവസ്ഥ ഒന്നാലോചിച്ചുനോക്കൂ.

അതാണ് പറയുന്നത് മനോരോഗത്തെ ഒരു നിർവചനത്തിലൊതുക്കാൻ സാധ്യമല്ല. 'സ്ഥിരബുദ്ധിയില്ലാത്തവ'നെന്ന് മനോരോഗിയെ നാം വിളിക്കാറുണ്ട്. എന്നാൽ ജീവിതവൈരാഗ്യം വന്ന യോഗിമാരെപ്പോലുള്ള മനോരോഗികളെ എനിക്കു പരിചയമുണ്ട്. അത്തരക്കാർ സദാസമയവും ധ്യാനത്തിലെന്നപോലെ ഇരിക്കുകയേയുള്ളൂ. ലൗകികമായ യാതൊന്നിനുമിളക്കാൻ കഴിയാത്തവിധം അവരുടെ മനസ്സ് ഒരിടത്തുറച്ചുപോയിട്ടുണ്ടാവും. ഇത്തരമൊരവസ്ഥയാണ് പരമമായ മുക്തിമാർഗമെന്ന് വേദാന്തം പറയുന്നത്. എന്നാൽ മനോരോഗ വിദഗ്ധന് അത്തരം മനോരോഗികളെ

മുക്തിപഥത്തിൽനിന്ന് ജീവിതഭ്രാന്തിലേക്ക് തിരിച്ചുകൊണ്ടുവരാനുള്ള ബാധ്യതയാണേൽക്കേണ്ടിവരുന്നത്."

സരസമായി വിഷ്ണുനമ്പൂതിരി ഒരുപാടു കഥകൾ പറഞ്ഞു:

'ഞങ്ങൾ പച്ചയായ ജീവിതം കാണുകയാണ്. സ്വന്തം പ്രശ്നങ്ങളെന്താണെന്നു വിശദീകരിക്കാനറിയാത്ത നിരാലംബരായ മനോരോഗികളാണ് ദിവസവും ഇവിടെയെത്തുന്നത്. അവരെ ക്രൂരമായി ചൂഷണം ചെയ്യുന്ന ബന്ധുക്കളെയും സമൂഹത്തെയും ഞങ്ങൾക്ക് കാണേണ്ടിവരുന്നു. സ്വത്തുതർക്കങ്ങൾമൂലം ഭ്രാന്തന്മാരായിത്തീർന്നിട്ടുള്ള പലരും ഇവിടെ വന്നിട്ടുണ്ട്. മനോരോഗികളായതിന്റെ പേരിൽ സ്വത്തവകാശം നിഷേധിക്കപ്പെട്ട രോഗികൾക്കുവേണ്ടി ഞങ്ങൾക്ക് നിയമയുദ്ധം നടത്തേണ്ടതായും വന്നിട്ടുണ്ട്. ഞങ്ങളെന്നും മനോരോഗിയുടെ പക്ഷത്താണ്. അവരെ ചൂഷണം ചെയ്യുന്നതിനെതിരാണ്. സമൂഹം നിഷേധിച്ച കാരുണ്യം അവർക്കു തിരിച്ചുനൽകുകയെന്നതും ഞങ്ങളുടെ കർത്തവ്യമാണ്.

പൂങ്കുടിൽ മനയുടെ മുഖമുദ്ര ഈ കാരുണ്യമാണ്. മനോരോഗിയെ ഭ്രാന്തനെന്നോ 'രോഗി'യെന്നോ പോലും വിളിക്കരുതെന്നു നിഷ്കർഷിച്ച കാരുണ്യവാനായ ഒരു മനുഷ്യൻ ജീവിച്ച സ്ഥലമാണിത്. ഈ നൂറ്റാണ്ടു കണ്ട മനോരോഗ ചികിത്സകരിൽ ഒന്നാംസ്ഥാനത്തുതന്നെ പരിഗണിക്കപ്പെടേണ്ട പേരായിരുന്നു വാസ്തവത്തിൽ പൂങ്കുടിൽ മനയിലെ മരിച്ചുപോയ നീലകണ്ഠൻ നമ്പൂതിരിയുടേത്. പൂങ്കുടിൽ മനയിലെ മനോരോഗ ചികിത്സയെ ഇത്രയും ജനകീയവും സർവ്വസമ്മതവുമാക്കിത്തീർത്തത് അദ്ദേഹമാണ്. അയിത്താശുദ്ധ നിയമങ്ങൾ കത്തിനിന്ന കാലത്തും ഒരേ പാത്രത്തിൽ വച്ച ഭക്ഷണംതന്നെ മനയിലുള്ളവരും മനോരോഗികളും കഴിക്കണമെന്നദ്ദേഹം നിഷ്ക്കർഷിച്ചു. മനോരോഗികൾക്കു ഭക്ഷണം കൊടുത്തേ മറ്റുള്ളവർ ഭക്ഷണം കഴിക്കാവൂ എന്നും അന്നുമുതൽക്കിവിടെ നിയമമാണ്.

അനുനിമിഷം സ്നേഹശൂന്യമായിക്കൊണ്ടിരിക്കുന്ന പുതിയ കാലത്തും പൂങ്കുടിൽ മന ത്യാഗനിർഭരമായൊരു സ്നേഹസാന്നിധ്യമാവുന്നു. കാവ്യാത്മകമായി പറഞ്ഞാൽ, ഇവരുടെ ഔഷധങ്ങൾപോലും സ്നേഹമയമാണ്. ആയുർവ്വേദ വിധിപ്രകാരമുള്ള എണ്ണകളും നെയ്യുകളുമാണ് മനയിലെ പ്രധാന ഔഷധങ്ങൾ. 'സ്നേഹ'മെന്ന പദത്തിന് 'എണ്ണ'യെന്നുമർത്ഥമുണ്ടല്ലോ.

മനോരോഗിയും ചികിത്സകനും തമ്മിൽ സ്നേഹത്തിലൂടെ ഒരാത്മ ബന്ധം സ്ഥാപിച്ചെടുക്കുകയാണിവിടെ. ലോകത്തെവിടെയും ഇങ്ങനെയൊരു മനോരോഗ ചികിത്സാ സമ്പ്രദായമില്ല. ചികിത്സയുടെ ശാസ്ത്രീയതയെക്കുറിച്ച് ഒരുപക്ഷേ, തർക്കങ്ങളുണ്ടായേക്കാം. പക്ഷേ, മനോരോഗികളോടുള്ള ഇവരുടെ സമീപനം ലോകവ്യാപകമായിത്തന്നെ മാതൃകയായി സ്വീകരിക്കാവുന്നതാണ്.

ലോകത്തിലിന്ന് ഏറ്റവും കൂടുതൽ പരിഗണനയും കാരുണ്യവുമർഹിക്കുന്നവരാണ് മനോരോഗികൾ. ബുദ്ധികൊണ്ടും ഭാവനകൊണ്ടുമുള്ള പരീക്ഷണങ്ങൾ ലോകജീവിതത്തെ അനുനിമിഷം വികസ്വരമാക്കിക്കൊണ്ടിരിക്കുമ്പോൾ, ആ വികാസങ്ങൾക്കൊപ്പമെത്തുവാൻ മനഃശക്തിയും ബുദ്ധിവികാസവും മനുഷ്യന് അനുപേക്ഷണീയമായ ഘടകങ്ങളായിത്തീരുന്നു. അതുകൊണ്ടുതന്നെ മന്ദബുദ്ധികളും മനോരോഗികളുമാകുവാൻ വിധിവന്ന നിർഭാഗ്യവാന്മാരെ ജീവിതത്തിന്റെ പൊതുധാരയിലേക്ക് തിരിച്ചുകൊണ്ടുവരികയെന്നത് പ്രഥമവും പ്രധാനവുമായ സാമൂഹിക ലക്ഷ്യമായി കാണേണ്ടതാണ്.

ഈ വഴിക്കു ചിന്തിക്കുന്ന മനുഷ്യസ്നേഹികൾക്ക് പൂങ്കുടിൽമന ധാരാളം പാഠങ്ങൾ പറഞ്ഞുതരുന്നു. പാരമ്പര്യം സ്വകാര്യസ്വത്താക്കി വയ്ക്കാനോ അതുകൊണ്ട് കച്ചവടം നടത്താനോ ഇവർക്കുദ്ദേശ്യമില്ല. മനയിലെ ഉത്സവത്തോടനുബന്ധിച്ച് ഇവിടെ വർഷംതോറും മനഃശാസ്ത്ര സെമിനാറുകളും ചർച്ചകളും നടത്തിപ്പോരുന്നുണ്ട്. കേരളത്തിലെ അറിയപ്പെടുന്ന മനഃശാസ്ത്രജ്ഞരും മനോരോഗ വിദഗ്ധരും ഇതിൽ സംബന്ധിക്കാറുമുണ്ട്. ലോകാരോഗ്യ സംഘടനയുടെ പ്രതിനിധിയായ ദർശൻ ശങ്കറും അടുത്തകാലത്ത് പൂങ്കുടിൽ മനയിൽ പഠനസന്ദർശനം നടത്തുകയുണ്ടായി.

പതിവുചർച്ചകളുടെ പരിമിതികൾക്കപ്പുറത്തേക്ക് ഇതിനെ വളർത്തുകയും ഈ നമ്പൂതിരിമാർ ഇവിടെ എന്തുചെയ്യുന്നുവെന്ന് സത്യസന്ധമായി പഠിച്ചറിയുകയും ചെയ്യേണ്ടതുണ്ട്. മനഃശാസ്ത്രത്തെക്കുറിച്ചും മനോരോഗ ചികിത്സയെക്കുറിച്ചും അറിവും പരിചയവും ആത്മാർത്ഥതയുമുള്ളവർ ഇവിടെ വന്നു താമസിച്ച് ഇവരുടെ പാരമ്പര്യ ചികിത്സാ രീതികൾ എങ്ങനെ ഫലം ചെയ്യുന്നുവെന്ന് സൂക്ഷ്മമായി നിരീക്ഷിച്ച് പഠിച്ചറിയുകതന്നെ വേണം. എങ്കിൽ, മനോരോഗികളെ പീഡനങ്ങൾ കൊണ്ട് കൊല്ലുന്ന നമ്മുടെ 'ഭ്രാന്തൻ ജയിലു'കൾ വരുംകാലങ്ങളിലെങ്കിലും സ്നേഹത്തിലേക്ക് തുറക്കുമെന്ന് നമുക്കാശിക്കാം.

■

www.ingramcontent.com/pod-product-compliance
Lightning Source LLC
LaVergne TN
LVHW041533070526
838199LV00046B/1654
* 9 7 8 9 3 8 7 3 5 7 0 6 8 *